ചതുരംഗം

INSIGHT PUBLICA®

Nadakkavu, Kozhikode, Kerala, 673011
www.insightpublica.com
e-mail: insightpublica@gmail.com
Chathurangam
Author: **Kattakkada Ramachandran**
(Malayalam)
First Edition: November 2023

Printed and Published by
InsightinPublica Printers & Publishers Pvt. Ltd.
ISBN 978-93-5517-843-5

ചതുരംഗം

കാട്ടാക്കട രാമചന്ദ്രൻ

INSIGHT PUBLICA

കാട്ടാക്കട, കൊല്ലോട് ഗ്രാമത്തിൽ ജനനം, മലയിൻകീഴ്, കാട്ടാക്കട, തിരുവനന്തപുരം എന്നിവിടങ്ങളിലായി വിദ്യാഭ്യാസം. വിദ്യാഭ്യാസകാലത്തുതന്നെ നാടകങ്ങളും കവിതകളും എഴുതി തുടങ്ങി. 1976-ൽ സർക്കാർ ജീവനക്കാരനായി. നാടകത്തിന് സംഗീതനാടക അക്കാഡമി അവാർഡും, സി.എൻ. സ്മാരക പുരസ്കാരവും ലഭിച്ചു. കവിതക്ക്, വി.കെ.ജി. അവാർഡും, വള്ളുവനാട് സാഹിത്യവേദി അവാർഡ്, ഗുരുകുലം അവാർഡ്, സുരേന്ദ്രൻ സ്മാരക അവാർഡ് (നാല് തവണ) മലയാളം ന്യൂസ് ഏർപ്പെടുത്തിയ ഒ.എൻ.വി സാഹിത്യപുരസ്കാരം (2017) പ്രൊഫ. തിരുനല്ലൂർ കവിതാ സമ്മാനം 2017, 2020 ലെ സ്വാതിതിരുന്നാൾ സാഹിത്യപുരസ്കാരം, സൗത്ത് ഇൻഡ്യൻ സിനിമാ ടെലിവിഷൻ അക്കാദമിയുടെ 2021-ലെ കവിതയ്ക്കുള്ള അവാർഡ്, അസോസിയേഷൻ ഓഫ് ഷോർട്ട് മൂവിമേക്കേഴ്സ് & ആർട്ടിസ്റ്റ്സിന്റെ 2022-ലെ ഫിലിംഫെസ്റ്റിവലിൽ മികച്ച ഗാനരചനക്കുള്ള അവാർഡ് തുടങ്ങിയവയും, കവിതാരചനക്ക് 28 സംസ്ഥാന തല പുരസ്കാരങ്ങളും ലഭിച്ചിട്ടുണ്ട്. സംസ്ഥാന സഹകരണ വകുപ്പിൽ നിന്നും വിരമിച്ചു.

ഭാര്യ:പി.കെ. ശോഭന, മക്കൾ:ശ്രുതി. ആർ.ചന്ദ്രൻ, അരുൺ.ആർ.ചന്ദ്രൻ

വിലാസം: ചിന്ത, കൊല്ലോട് പി.ഒ

തിരുവനന്തപുരം - 695571

ഫോൺ: 9447106352, 9895638040

കാട്ടാക്കടരാമചന്ദ്രൻ

പക്ഷം ചേരുന്ന കവിതകൾ

അസ്വസ്ഥയും അപൂർണ്ണതയുമാണ് ഓരോ കവിയുടെയും വാക്കുകളിൽ നിറമായും ഗന്ധമായും കലരുന്നത്. താൻ ജീവിക്കുന്ന കാലത്തെക്കുറിച്ചു മാത്രമല്ല ഭൂതഭാവികളിലേക്കും സഞ്ചരിക്കുന്നതാണ് കവിയുടെ ചിന്താലോകം. പൊരുത്തക്കേടുകളും ജീർണ്ണതകളും കണ്ടറിയുമ്പോഴുണ്ടാകുന്ന സംഘർഷങ്ങളും അവയെ ആവിഷ്ക്കരിക്കുന്തോറും വീണ്ടു പൂർണതയിലേക്ക് മുന്നേറാൻ പ്രേരിപ്പിക്കുന്ന കവിത്വവും ഓരോരോ എഴുത്തുകാരിലുമുണ്ട്. അതുകൊണ്ടാണ് 'കാവ്യം' എന്ന കവിതയിൽ കാട്ടാക്കട രാമചന്ദ്രൻ

"കെട്ട കാലത്തെയോർമ്മകളൊക്കെയും
ശക്തി ഉവും കവിതയായ് പൂക്കുന്നു."

എന്ന് എഴുതുന്നത്. ശരിക്കും ത്രികാലങ്ങളോടും കലഹിക്കുന്നതാണ് ഓരോ കവിമനസ്സും.

ഏറെ നാളായി കാവ്യരംഗതത്ത് സജീവമായിട്ടുള്ള കാട്ടാക്കട രാമചന്ദ്രന്റെ പുതിയ സമാഹാരം അതിന്റെ ശക്തമായ രാഷ്ട്രീയ നിലപാടുകളും പ്രസക്തമായ വിഷയ വിചിന്തനങ്ങളും കൊണ്ട് ശ്രദ്ധേയമാണ്. ഈ എഴുത്തുകാരന് ഒരു പക്ഷമുണ്ട്. അതു നന്മ നിറഞ്ഞ മനുഷ്യപക്ഷമാണ്. അവിടെ അനീതികളേയും അധർമ്മങ്ങളേയും നേരിട്ടെതിർക്കാൻ കെല്പുള്ള വാക്കുകളെ ചെത്തിമിനുക്കിയെടുത്ത് അദ്ദേഹം പ്രതികരണാത്മകമായ കവിതകൾ തീർക്കുന്നു.

അന്നമൂട്ടുന്നവർ

ഇന്ത്യൻ കർഷക സമരത്തിന്റെ പശ്ചാത്തലത്തിൽ രചിക്കപ്പെട്ട 'അന്നമൂട്ടുന്നവർ' എന്ന കവിത കവിയുടെ ശക്തമായ സാമൂഹ്യപ്രതിബദ്ധതയുടെ തെളിവാണ്. സ്വാതന്ത്ര്യ ലബ്ധിക്കുശേഷം ഇത്രയും

പ്രധാനപ്പെട്ട കർഷകമുന്നേറ്റം ഉണ്ടായത് ഭരണാധികാരത്തിന്റെ ധാർഷ്ട്യത്തിനും ആധിപത്യ ശ്രമത്തിനുമേറ്റ വെല്ലുവിളിയായിരുന്നു. അന്നമൂട്ടുന്നവരായ കർഷകർ മണ്ണിൽ നിന്ന് അധ്വാനത്തിന്റെ പൊൻ കതിരുകളാൽ ഇന്ത്യൻ കാർഷികമേഖലയ്ക്ക് കരുത്തു പകരുന്നവരാണ്. എന്നാൽ കുത്തക മുതലാളിത്ത ശക്തികളെ സഹായിക്കാൻ വേണ്ടി കർഷകർക്കുനേരെ കടുത്ത നിയമങ്ങളും വ്യവസ്ഥകളും അടിച്ചേൽപ്പി ക്കുമ്പോൾ അവർക്ക് പ്രതികരിക്കാൻ പറ്റില്ല.

“കത്തിച്ച മണ്ണിന്റെ വീറും ത്രസിപ്പുമായ്
വെച്ചടി മുന്നേറി നിൽക്കും ഭടജനം
ഇല്ല തോർക്കില്ലിതു നാളേക്കു നമ്മുടെ
മണ്ണിനെ കാക്കുന്ന ധർമ്മയുദ്ധം!”

ഐതിഹാസികമായ പോരാട്ട വീര്യത്തോടെ അന്നദാതാക്കളായ ഇന്ത്യൻ കർഷകർ ത്യാഗ സഹന മാർഗങ്ങളിലൂടെ അധികാരി വർഗ ത്തിന്റെ മുമ്പിൽ തങ്ങളുടെ ജീവിക്കാനുള്ള അവകാശത്തിനുവേണ്ടി പൊരുതുകയായിരുന്നു. രാഷ്ട്രീയ ബോധവും സാമൂഹ്യ വീക്ഷണവുമുള്ള കവിയെന്ന നിലയ്ക്ക് കാട്ടാക്കട രാമചന്ദ്രൻ ഈ കവിതയിലൂടെ കർഷ കജനതയോട് ഐക്യദാർഢ്യം പ്രഖ്യാപിക്കുന്നു. അന്നമൂട്ടുന്ന ജനകീയ ശക്തിയെ വിമർശിക്കുന്ന അന്നംമുടക്കികളും നമ്മുടെ നാട്ടിലുണ്ട്. താത്ക്കാലിക രാഷ്ട്രീയ ലാഭത്തിനു വേണ്ടി എന്തു കൊള്ളരുതായ്മ കൾക്കും തയ്യാറാകുന്ന കാപട്യത്തിനു നേരെയുള്ള വിമർശനാത്മക രചനയാണ് ‘അന്നമൂട്ടുന്നവർ’ എന്ന കവിത.

നേരിന്റെ ജനപക്ഷത്തു നിന്നുകൊണ്ട് ഭരണം നിർവ്വഹിക്കുന്ന ഇടതുപക്ഷ രാഷ്ട്രീയത്തെയാണ് കാട്ടാക്കട രാമചന്ദ്രൻ ഇവിടെ സൂചിപ്പി ക്കുന്നത്. കവി തന്റെ നിലപാടും പക്ഷവും മറച്ചു വയ്ക്കുന്നില്ല. പുരോഗമന രാഷ്ട്രീയ കാഴ്ചപ്പാടുകൾക്കൊപ്പമാണ് താനും തന്റെ കവിതയുമെന്ന് ആവർത്തിച്ചു പ്രഖ്യാപിക്കുന്ന രചനകളാണ് ഈ സമാഹാരത്തിലു ള്ളത്. ഗാന്ധിയുടെ മണ്ണ്, ഭയം, ഇരുട്ട്, യാദവം, താജ്മഹൽ തുടങ്ങിയ കവിതകൾ ഇതു ശരിവയ്ക്കുന്നു.

ഗാന്ധിയൻ ആദർശങ്ങൾ ഇന്ത്യയിൽ വിലമതിക്കപ്പെടാതെ പോകുന്നതും അഹിംസയുടെയും സത്യത്തിന്റെയും സ്ഥാനത്ത് ഹിംസയും അസത്യവും വിജയം നേടുന്നതും കണ്ടുകണ്ട് അസ്വസ്ഥമായ കവി മനസ്സിലൂടെ ഗാന്ധിജി പുനർജ്ജനിക്കുന്നത് ‘ഗാന്ധിയുടെ മണ്ണ്’ എന്ന കവിതയിൽ കാണാം.

"വക്രിച്ച ചിന്തതൻ വാലിൽ കൊളുത്തിയോ-
രഗ്നി പടർന്നേറിയെന്തും കരിക്കുവാ-
നെത്തിയ നാളുകളന്നേ മറന്നുവോ...?
ഇക്കണ്ടതല്ലയാ നേരിന്റെ ചിത്രങ്ങൾ"

എന്ന് കവി വർത്തമാന ഭാരതം തിരിച്ചറിയേണ്ടുന്ന യഥാർത്ഥ ഗാന്ധിയൻ ആദർശമണ്ഡലത്തിലേയ്ക്ക് വായനക്കാരെ ക്ഷണിക്കുന്നു. ജാതി-മത-വർഗ്ഗീയ ചിന്തകൾ ജനാധിപത്യത്തിന്റെ അന്തസ്സത്തയെ തകർത്തെറിഞ്ഞ് ആസുര വിജയം നേടുന്ന ഇക്കാലത്ത് ഈ കവിയുടെ പ്രതിഷേധത്തിനും പ്രതികരണത്തിനും കൂടുതൽ പ്രാധാന്യം കൈവരുന്നു. ഇരുട്ടു നിറഞ്ഞിരിക്കുന്ന മനുഷ്യമനസ്സുകളിൽ മനുഷ്യ സ്നേഹത്തിന്റെ പൊൻവെളിച്ചം കടന്നുവരാൻ ആഗ്രഹിക്കുന്ന കവി നാളെയുടെ നന്മ നിറഞ്ഞകാലത്തിനായി കാത്തിരിക്കുന്നു.

"ഇരുട്ടറകൾ തൻ കുടുസ്സു വാതിലിൻ
ഞരക്കം കാതിനെ വ്രണപ്പെടുത്തുന്നു''-

എന്ന സംഘർഷം പെരുകുമ്പോൾ, അതിനെ വളർത്തും വിധം യഥാസ്ഥിതികത്വത്തിന്റെ ആഘോഷപൂർണ്ണമായ പുനരുജ്ജീവനമാണ് വീണ്ടും കാണുന്നത്. അത്യന്തം മനുഷ്യവിരുദ്ധവും പുരോഗമന വിരുദ്ധ വുമായ അളിഞ്ഞ ദർശനങ്ങൾ കൊണ്ട് ഭാരതമനസ്സിനെ വിഷലിപ്ത മാക്കുന്ന മതബോധത്തെ സൂക്ഷമമായി തുറന്നു കാണിക്കുന്ന മികച്ച കവിതയാണ് 'ഇരുട്ട്'.

"യുഗങ്ങൾക്കപ്പുറമുരുണ്ടുകൂടിയ
മുഴുത്ത ഭ്രാന്തിന്റെയളിഞ്ഞ ദർശനം''

എന്ന് കവി ഇരുട്ടിന്റെയും ഭ്രാന്തിന്റെയും സമന്വയത്തിലൂടെ രാജ്യ ത്തിനുണ്ടായിക്കൊണ്ടിരിക്കുന്ന വിപത്തിനെ ചൂണ്ടിക്കാണിക്കുന്നു.

ഈ സമാഹാരത്തിലെ ഏറെ മികവുറ്റ രചനകളാണ് 'യാദവ'വും 'താജ്മഹലും'. ഇന്ത്യൻ സാമൂഹ്യ വ്യവസ്ഥയിൽ ചാതുർവർണ്യം ഇപ്പോഴും നിലനില്ക്കുന്നതും ഈശ്വരൻ അടിസ്ഥാനവർഗത്തെ അവഗ ണിച്ച വരേണ്യ വിഭാഗത്തിന് എല്ലാ ഒത്താശകളും ചെയ്തുകൊടുക്കുതും കവി കാണുന്നു.

കീഴാളർ എന്ന് ചരിത്രത്തിൽ അടയാളപ്പെടുത്തപ്പെട്ട ജനതയാണ് എല്ലാം ഉണ്ടാക്കുന്നതും എല്ലാവരെയും ഉണ്ണാൻ പ്രാപ്തരാക്കുന്നതും. പക്ഷേ, അവനുണ്ടാക്കുന്ന അന്നം തന്നെ അവനു ലഭിക്കുന്നില്ല എന്നതാണ് പ്രശ്നം. അവിടെ കാട്ടാക്കട രാമചന്ദ്രൻ എന്ന കവി

യാദവരാജാവായ കൃഷ്ണനോട് ജനപക്ഷത്തു നിന്നുകൊണ്ട് ഇങ്ങനെ ചോദിക്കുന്നു.

“കണ്ടു നടുങ്ങുന്ന കീഴാള ജന്മങ്ങ-
ളുണ്ടായതെങ്ങനെ, രാമരാജ്യത്തിന്റെ
തിണ്ണയിൽ പോലുമടുക്കുവാനാവാതെ
മണ്ണിൽ പുതഞ്ഞു കിടക്കുന്ന കോടികൾ’’

ദുരവസ്ഥയിൽ കുമാരനാശാൻ ചോദിച്ച ചോദ്യത്തിനും വിമർശനത്തിനും ഒരു നൂറ്റാണ്ടിനപ്പുറത്തും നേരായ ഉത്തരം കൈവന്നിട്ടില്ലെന്നും, ഭാരതാംബയുടെ കുക്ഷിയിൽ ചാണ കാണാതെ കിടക്കുന്ന രത്നക്കല്ലുകളുടെ എണ്ണം ആറേഴുകോടിയിൽ നിന്ന് അസംഖ്യമായി പെരുകിയിട്ടുണ്ടെന്നുമുള്ള ഭീകരയാഥാർത്ഥ്യത്തെ പ്രശ്നമായി വിവരിക്കുന്ന ‘യാദവം’ഏറെ ചർച്ച ചെയ്യപ്പെടേണ്ട കവിതയാണ്.

അത്ഭുതകരമായ ശില്പ തന്ത്രത്തിന്റെ മുദ്രകൾ പേറുന്ന ‘താജ്മഹൽ’ എക്കാലത്തെയും മികച്ച പ്രണയ സ്മാരകമാണ്. അതിന്റെ പശ്ചാത്തിൽ, സമകാലിക ഭാരതത്തിന്റെ മതവിദ്വേഷത്തെ തുറന്നു കാണിക്കുന്ന താജ്മഹൽ എന്ന കവിത ചില ചോദ്യങ്ങൾ വീണ്ടു മുയർത്തുന്നു.

കോറിയുറപ്പിച്ച ചരിത്രങ്ങളെ മാറ്റിയെഴുതാൻ തയ്യാറെടുക്കുന്ന വർഗീയതയുടെ ഹീനതന്ത്രങ്ങളെ നാം തിരിച്ചറിയേണ്ടതുണ്ട്. താജ്മഹലിനെ തേജോമഹൽ ആക്കാനും അതിനടിയിൽ നിന്ന് ശിവലിംഗം കുഴിച്ചെടുക്കാനും കോപ്പുകൂട്ടുന്ന ഹിന്ദുത്വ ഭീകരതയുടെ അഴിഞ്ഞാട്ടമാണ് ഇവിടെ വിഷയമാകുന്നത്. മതത്തിന്റെ പേരിൽ അസഹിഷ്ണുതയും അപരവൽക്കരണവും പ്രകടിപ്പിക്കുന്ന അളിഞ്ഞ ദർശനങ്ങളെ കാട്ടക്കട രാമചന്ദ്രൻ ‘താജ്മഹൽ’ എന്ന കവിതയിൽ സൂചിപ്പിക്കുന്നു.

താളബോധവും പദബോധവും ഉള്ള കവിയുടെ ഓരോ രചനയിലും കാലത്തിന് ചേരുന്ന ഇമേജറികൾ സ്വാഭാവികമായി തന്നെ കടന്നുവരുന്നുണ്ട്. തിരുവോണം, വിഷു, എന്നിങ്ങനെയുള്ള കേരളീയ ആഘോഷങ്ങളെ വർണ്ണിക്കുമ്പോൾ കവിത അതിന്റെ എല്ലാ മനോഹാരിതകളോടെയും ഇവിടെ വിരിയുന്നു. മനുഷ്യപ്പറ്റുള്ള ഒരു കവിയുടെ കലാദർശനവും കാലദർശനവും ഒത്തിണങ്ങിയ ഈ സമാഹാരത്തെ ഏറെ ആഹ്ലാദത്തോടെയാണ് ഞാൻ ഹൃദയത്തിൽ സ്വീകരിക്കുന്നത്. ഓരോ വായനയ്ക്കും പുതിയ അർത്ഥ തലങ്ങൾ ഉണർന്നുവരുംവിധം ആസ്വാദകർ ഇത് നെഞ്ചേറ്റട്ടെയെന്ന് ആശംസിക്കുന്നു.

ഡോ: ചായം ധർമ്മരാജൻ

ഉള്ളടക്കം

അന്നമൂട്ടുന്നവർ

അന്നമൂട്ടുന്നവർ നിന്നു കത്തുന്നു
എണ്ണയൊഴിക്കാതെ
തെരുവുകളിലെങ്ങും
ഉണ്ണാതുറങ്ങാതെ രാപ്പകൽ നാട്ടിന്റെ
കണ്ണിൻ മണികാളായ് കത്തിനില്പ്പൂ...
അന്ന മൂട്ടുന്നവർ കത്തി നില്ക്കുന്നു
അന്നം മുടക്കികൾ പൂത്തു നില്ക്കുന്നു
ഓരോ കരങ്ങളിലേന്തുന്ന പന്തങ്ങ-
ളാരെയോ നോക്കിയും ചൂണ്ടി നില്ക്കുന്നു...
തോല്ക്കുവാനാവില്ല ധർമ്മയുദ്ധം നാട്ടി-
ലൂർജ്ജം ചുരത്തുന്ന കർഷക സോദരർ
ഭിക്ഷയ്ക്കു വേണ്ടിയല്ലിക്കൈകൾ നീളുന്ന-
തൊക്കെയും നാളെയീ നാട്ടിലെ ജീവിതം
മുന്നോട്ടു തന്നെ നയിക്കുവാൻ, നന്മക-
ളൊന്നാകെ പൂക്കുവാൻ കാക്കുവാനല്ലയോ...
അന്നം മുടക്കികളാഹ്ളാദ ചിത്തരായ്
നിന്നു ചെറുക്കുന്നു പാഴ്സ്വരം നീട്ടിയും
ഗൂഢ തന്ത്രങ്ങൾ, നിഗൂഢമാം ചിന്തകൾ
വീഥികൾ യുദ്ധക്കളങ്ങൾക്കു സാക്ഷികൾ...
കെട്ടിപ്പടുക്കുവനാഗ്രഹം വൈകൃതം
മുറ്റിയ കോട്ടകൾ പച്ചമൺ കട്ടയാൽ
മഞ്ഞിൻ കണത്താലലിഞ്ഞവയൊക്കെയു-
മിന്നിനി നാളേയ്ക്കു ബാക്കിയുണ്ടാവില്ല...
തല്ലിക്കൊഴിക്കുവാനായുന്ന മോഹങ്ങ-
ളൊന്നും വിരിയില്ല മൊട്ടായ് കൊഴിഞ്ഞിടും
മണ്ണിൻ മണം ശ്വാസവായുവിൽ ചാലിച്ച്
നിന്നു പൊരുതുന്ന കർഷകസോദരേ
നിങ്ങൾക്കൊരായിരം ചെമ്പനീർ പൂക്കളാ-
ലിന്നു ഞാൻ ചൊല്ലട്ടെ ലാൽസലാം, ലാൽസലാം..!
കത്തിച്ച മണ്ണിന്റെ വീറും ത്രസിപ്പുമായ്
വെച്ചടി മുന്നേറി നില്ക്കും ഭടജനം
ഇല്ല തോൽക്കില്ലിതു നാളേക്കു നമ്മുടെ
മണ്ണിനെ കാക്കുന്ന ധർമ്മയുദ്ധം...!

ഒറ്റ കാരിന്നലെ, ഇന്നുമതങ്ങനെ
ബുദ്ധികൾ കെട്ട ജനസ്സിന്റെ വക്രത
വില്ക്കുവാനാവില്ല ഈ ഭൂമി ഞങ്ങടെ
സ്വത്താണ, ജന്മാവകാശം ലഭിച്ചതും....
നഷ്ടം നിനക്കല്ല, ഞങ്ങൾ തലമുറ
പുഷ്ടിച്ച നില്ക്കേണ്ട പുണ്യ ഭൂമി...
തീറായി വില്ക്കുവാനാവില്ല, പൊങ്ങുന്ന
ഏതാകിലും കരം തട്ടി മാറ്റും..!
വിറ്റു തുലച്ചങ്ങു ശീലിച്ചതിൻ രീതി
നില്ക്കുന്ന നാളെത്തി; പിൻതിരിഞ്ഞോടുക....
അന്ന മൂട്ടുന്നവർ നിന്നു കത്തുന്നു
എണ്ണയൊഴിയ്ക്കാതെ തെരുവുകളിലെങ്ങും...!
അഗ്നിയാ, ണനിലനും കെട്ടിപ്പുണർന്നു നിൻ
മച്ചകം നോക്കിയങ്ങാളുന്ന കാൺക...
എന്തുകണ്ടാലു മെരിയ്ക്കുന്നൊരഗ്നി നിൻ
ചിന്തകൾ, ശീലങ്ങളെല്ലാം കരിക്കും....
കത്തുന്ന മണ്ണിന്റെ വീറിൽ നിന്നുയരുന്ന
ശക്തിയിലിക്കണ്ട ഗോപുരം മണി മേട-
യൊക്കെയെരിഞ്ഞു നിൻ കുലവും മുടിയും...!

ഗാന്ധിയുടെ മണ്ണ്

ഗാന്ധിയുടെ മണ്ണ് നീ കണ്ടോ സഖീ
ഗാന്ധി മണമെല്ലാമൊഴിഞ്ഞു പോയി...
ചോരക്കറുപ്പും ചൊരുക്കും തികട്ടുന്ന
കാളിമ കലർന്നും കരിഞ്ഞ പോലെ...
ശാന്തിമന്ത്രങ്ങൾ മുഴങ്ങിയോരിബ് ഭൂമി
ശാന്തമല്ലൊട്ടും തപിച്ചും തിളച്ചും
കത്തിക്കരിഞ്ഞ കബന്ധങ്ങളായിരം
കുത്തിപ്പിളർന്നോരുദരങ്ങൾ, ജഡരങ്ങൾ...!
വക്രിച്ച ചിന്തതൻ വാലിൽ കൊളുത്തിയോ-
രഗ്നി പടർന്നേറിയെങ്ങും കരിയ്ക്കുവാ-
നെത്തിയ നാളുകളേന്തേ മറന്നുവോ...?
ഇക്കണ്ടതല്ലയാ നേരിന്റെ ചിത്രങ്ങൾ...
സർപ്പങ്ങൾ വാലിൽ കിളർന്നുമിണചേർന്നു
നില്ക്കുന്നിരുട്ടിന്റെ താണ്ഡവം, ചെണ്ടയി-
ലുച്ചത്തിലലറുന്നതാളം ദിഗന്തങ്ങൾ
ഞെട്ടുന്ന ഗർജ്ജനം; നരഭോജ്യരംഗങ്ങ-
ളിപ്പൊഴും നീറുന്ന പുണ്ണായക്കാമ്പു
കെട്ടി വരിഞ്ഞു മുറുക്കുന്നയോർമ്മകൾ..!
ഒന്നും മറക്കുവാനാവാതെ നീ സഖീ
നിന്നു വിതുമ്പാതെ പെണ്ണായി മാറുക...!
നീയേ മഹാശക്തി, നീയേ മഹാകാളി
നീയേധർമ്മം മുറിയ്ക്കുന്ന ചണ്ഡിക..!
പെറ്റവളർന്നവളല്ല നീ, യുച്ചയ്ക്കു
പൊട്ടിമുളച്ചു വളർന്നവൾ, ധർമ്മങ്ങ-
ളിന്നും പുലർത്തുവാ നാ ചിലമ്പൊന്നു നീ-
വന്നെറിഞ്ഞീടുക യീപ്പുരമെരിയട്ടെ...!
വല്ലാതെ വളരുന്നൊപരാപത്തു വൻമുടി
നിന്നു പൊങ്ങുന്നതുപോലെ ഭയാനകം...!
ഒറ്റച്ചിലമ്പു പതിക്കട്ടെയാ മണ്ണി-
തൊക്കെയെരിഞ്ഞുമൊട്ടുങ്ങട്ടെ നാളെയിൽ...
പുത്തൻ നിനവുകൾ പൊട്ടിമുളയ്ക്കുവാൻ...
മണ്ണിൽ പുതഞ്ഞു കിടക്കുന്നൊരായിരം

പുണ്യജന്മങ്ങളെ ശുദ്ധീകരിക്കുവാൻ...
അർദ്ധ നഗ്നൻ ഗാന്ധിയുരുവിട്ട മന്ത്രങ്ങ-
ളൊക്കെ പുലർന്നു വന്നാൾ രൂപമാകുവാൻ
നീയേ സഖീ മഹാശക്തി, മഹാകാളി-
യീ മണ്ണിലാടുക പുത്തനാം താണ്ഡവം....!

ഭയം

ഭയപ്പെടുത്തി നീ നടന്നു കേറുമ്പോൾ
വഴിക്കു ജന്മങ്ങൾ പിടഞ്ഞൊടുങ്ങുന്നു...
നിനക്കതിൻ ദൃശ്യം വഴിപ്പെടുന്നില്ല
കുതിച്ചുയരുന്ന നിലവിളികളും
അമർന്നു നീങ്ങുന്ന ചവിട്ടടികളി-
ലരഞ്ഞുപോകുന്ന പടുജന്മങ്ങളും.....
പകലിരുട്ടിന്റെ കൊട്ടും മയക്കത്തി-
ലറിയുന്നില്ലൊന്നും നിതാന്തയാത്രയാ-
ണതിനൊടുക്കമില്ലവസാനം നാളെ
പറയും ഭോഷ്ക്കുകൾ പകർത്താനാവില്ല...
വിളക്കിൻ നാളത്തിലരിഞ്ഞടങ്ങുന്ന
നിമിഷ ജീവികളനേക കോടികൾ
മുളച്ച സ്വപ്നങ്ങൾ വിടർന്നു കാണുവാ-
നെളുപ്പമല്ലെന്നിന്നവരറിയുന്നു...
വഴിക്കുവേലികൾ പലതുണ്ടപ്പുറം
വെളിച്ചംമങ്ങുന്ന പുരങ്ങളുണ്ടേറെ
നിലച്ചു പോകുന്ന ഘടികാരങ്ങളിൻ
മുരൾച്ച, മൂളലും പടിയിറങ്ങുന്നു...
തപസ്സിൽ നിന്നുണർന്നെഴുന്ന സംസ്കൃതി
വിലയ്ക്കു വില്ക്കുന്നു വഴിവാണിഭങ്ങളിൽ
തിളക്കം മങ്ങുന്നുണ്ടതിന്നുമേലെ നിൻ
കറുത്ത സ്പർശത്തിൻ നിഴൽ പതിച്ചുവോ...?
ഖനിക്കുള്ളിൽ നിന്നുമുയർന്നു പൊങ്ങുന്ന
മരതകങ്ങളും, നവരത്നങ്ങളും,
പറിച്ചെടുത്തു വിറ്റഴിച്ച ശീലങ്ങ-
ളർടർത്തിമാറ്റുന്ന ദിനങ്ങളെണ്ണുക...!
ചവിട്ടിക്കേറുന്ന പടവും, ഗോപുര-
മകത്തളങ്ങളുമുയർന്ന ഹർമ്യവും
പതുക്കെയൊക്കെയുമിടിഞ്ഞടിയുന്ന
കരുത്തുകാറ്റായിട്ടടുത്തു കാണുന്നു
ഒരു ചിലമ്പുണ്ടു പറന്നടുക്കുന്നു
പിറകെ കാളിയും കുതിച്ചടുക്കുന്നു
നിനക്കു നീട്ടുന്നു നിറഞ്ഞ ശൂന്യത

എരിഞ്ഞൊടുങ്ങുവാൻ വിധിച്ചയോഗമോ...!
കുതിച്ചുചാടിയങ്ങുയർന്നു പൊങ്ങിലു-
മൊടുക്കം കാലടി നിലത്തുമുട്ടണം
കുറിച്ചു വച്ച തീ പ്രകൃതി രീതികൾ
നിനക്കും ബാധക മറിഞ്ഞുകൊള്ളുക...
ചിലമ്പിൽ ശീല്ക്കാരമടുക്കുന്നുണ്ടതിൻ
ഭയം നിനക്കായി തിരിച്ചടിയ്ക്കുന്നു...
ഒരുങ്ങി നില്ക്കുക ഒടുക്കത്തെരംഗം
കളിക്കാൻ കാളിതൻ നടനവൈഭവം...!

ഇരുട്ട്

ഇരുട്ട കൺകളിൽ കുമിഞ്ഞിറങ്ങുന്ന
എനിക്കു കാഴ്ചകൾ മറഞ്ഞു പോകുന്നു
നിറങ്ങളായിരം നിറഞ്ഞു ചാരുത-
യലിഞ്ഞു നില്പതിൻ മണം പരക്കുന്നു...
നിരാശ ചോരയിലുറഞ്ഞു പോകുന്നോ
നിതാന്ത ജാഗ്രത കുറഞ്ഞു കാണുന്നോ...
ഇരുട്ടറകൾ തൻ കുടുസ്സു വാതിലിൻ
ഞരക്കം കാതിനെ വ്രണപ്പെടുത്തുന്നു
പതിയെ ചൊല്ലുന്ന പതം പറച്ചിലിൽ
പതിയിരിക്കുന്നു കൊടിയ ക്രൂരത
ഇതുവരെ പുറത്തിറങ്ങിയാടിയ
കരിനാഗങ്ങളെ തമസ്ക്കരിക്കുകിൽ
അതിലുമെത്രയോ കൊടിയ ഭികര-
നിവൻ നിറഞ്ഞാടി മുടിക്കുമൊക്കെയും...!
ഇവനൊരായിരം ഫണങ്ങൾ, കാളിയ-
നിവനെക്കാളെത്ര ചെറുതെന്നോർക്കുക...
ഇവന്റെ ശീൽക്കാര വിഷക്കാറ്റിൻ തീയി-
ലെരിഞ്ഞൊടുങ്ങാത്ത മലകളേതുണ്ട്...?
പുരങ്ങളിലഗ്നി പടർന്നു കേറുന്നു
പുറത്തുമുള്ളിലുമുരുക്കം കൂട്ടുന്നു...
കൊടുങ്കാറ്റിൻ വാലിൽ കൊളുത്തിയോരഗ്നി
കുതിച്ചു പായുന്നു കരിഞ്ഞൊടുങ്ങുന്നു
പുതിയ നീതിയിന്നിവിടെയിങ്ങനെ
പുതുയുഗം കീറിപ്പിളർന്നു മാറുന്നു...
യുഗങ്ങൾക്കപ്പുറ മുരുണ്ടു കൂടിയ
മുഴുത്ത ഭ്രാന്തിന്റെയളിഞ്ഞ ദർശനം
പുലർത്തുവാൻ കുണ്ടു കിണറ്റിന്നുള്ളിൽ നി-
ന്നുരുണ്ടു പൊങ്ങുന്നു വികല ഗർജ്ജനം...
അറിഞ്ഞുകൊൾക, യീയിരുട്ടിന്നപ്പുറ-
മുദയമുണ്ടതിൻ പ്രഭയും ജ്വാലയു-
മുയർന്നു വേതാളച്ചിറകരിയുന്ന
ദിനങ്ങളെത്തുന്നു, ശ്രവിക്കയാരവം...!

യാദവം

യാദവ രാജനാമമങ്ങെന്തു കാണാത്ത
ഭൂമിയിൽ സോദരർ
നരകക്കുഴികളിൽ
ജീവിച്ചു തീർക്കുവാനാവാതെ ജീവിതം
ഹോമിച്ചൊടുങ്ങുന്ന നിത്യേന വാർത്തകൾ..!
തായ്‌വഴി തൊട്ടു കണക്കെണ്ണി നോക്കിയാ-
ലേവരും ബന്ധുക്കളറ്റവരല്ലയോ?
രക്ത ബന്ധത്തിന്റെ ചൂരും ചൊരുക്കും
കിട്ടാതെ ബന്ധങ്ങളറ്റു പോകുമ്പൊഴും
നാഭിച്ചുഴികൾ പിളർന്നു മിടുപ്പെല്ല്
പാടെ തകർന്നുമൊലിക്കുന്ന ചോരയി-
ലാറാടി നില്ക്കുന്ന ജാത്യാഭിചാരങ്ങ-
ളാകെയറിയുന്ന നീയെന്തുചെയ്തു..?
കണ്ണിൽ തറയ്ക്കുന്നിരുട്ടല്ല പകലിന്റെ
വർണ്ണവും വെയിലും തുടിക്കുന്ന മാത്രകൾ
എണ്ണം മുറിയാതൊടുങ്ങുന്നു മാനവ
ജന്മങ്ങൾ പച്ചയ്ക്കു കത്തിയെരിയുന്നു...
മേലോട്ടു കേറുന്ന മേല്ക്കോയ്മ തുപ്പുന്ന
തീയും പുകയുമൊടുങ്ങാതെ നില്ക്കുന്നു..!
ഉപ്പുതൊടാതങ്ങു തിന്നുന്ന രീതിക-
ളിപ്പൊഴും വെച്ചടിമേല്പ്പോട്ടു കേറുന്നു...
ഉച്ചത്തിലോതുന്നു മറ്റൊന്നു നാട്ടിന്റെ
കെട്ട സ്ഥിതി കണ്ടു കാലം നടുങ്ങുന്നു...!
നീതി ശാസ്ത്രം തോറ്റു മാറുന്ന രീതിക-
ളാരിലും ലജ്ജ കുതിച്ചു കേറീടിലും
ക്ലേശാതെ ഗോസായി വർഗ്ഗം കുതിക്കുന്നു
രോഷാഗ്നി പന്തങ്ങൾ കത്തിച്ചുയർത്തുക...!
എന്തും നിഷേധിച്ചു മുന്നേറി നില്ക്കുവാ-
നുണ്ടു ചതുർ ബുദ്ധി വൈതാളികാരവം...
കണ്ടു നടുങ്ങുന്ന കീഴാള ജന്മങ്ങ-
ളുണ്ടായതെങ്ങനെ രാമരാജ്യത്തിന്റെ
തിണ്ണയിൽ പോലുമടുക്കുവാനാവാതെ
മണ്ണിൽ പുതഞ്ഞു കിടക്കുന്നു കോടികൾ..!

എല്ലാമറിയുന്ന യാദവ നിൻ കുല-
മെന്നാലുമിങ്ങനെ തീരുന്ന കാഴ്ച്ചകൾ
കണ്ടറിഞ്ഞീടുന്ന നീയിന്നു പണ്ടുള്ള
സ്വന്തം ചരിത്രം തിരുത്തുവാനാവാതെ
പണ്ടു പോൽ കള്ളച്ചിരിയിൽ, കടക്കണ്ണു
കൊണ്ടുള്ള കേളികളെല്ലാം സമംഗള-
മാണെന്ന മിഥ്യയിൽ മുന്നോട്ടുപോകണ്ട
കാലം നിനക്കായ് പലതും കരുതുന്നു...!

താജ്മഹൽ

സപ്താത്ഭുതങ്ങൾ തൻ കുപ്പായമിട്ടു നീ
നില്ക്കയാണിന്നും തലയെടുത്തങ്ങനെ
എത്രനാളിങ്ങനെ നില്ക്കുമെന്നുള്ളൊരു
ദുഃഖാർദ്ര ചിന്തയെന്നുള്ളം നടുക്കുന്നു...
വിശ്വം ജയിച്ചശ്വമേധം പ്രണയമായ്
കൊത്തിയൊരുക്കിയ കാവ്യവും ശില്പവും
അർദ്ധവിരാമങ്ങളോർമ്മയായുൾത്തടം
കെട്ടിപ്പുണർന്നങ്ങു നില്ക്കുന്ന രീതികൾ
ആരിലും കോരിത്തരിപ്പിന്റെ പൂക്കാല
ഗാഥകൾ കുളിരിടും ചോല, പൂഞ്ചോലകൾ...
കുഞ്ഞിളം തെന്നലിൻ ശിഞ്ജിതം, ബീവിതൻ
തങ്കച്ചിലങ്കക്കിലുക്കമുണ്ടിപ്പൊഴും...
ആളിപ്പടരുന്നൊരഗ്നിയായ് പ്രണയത്തി-
ന്നാരവം പൂക്കുന്നകത്തളം, വേർപെട്ട
ജീവിതം ബാക്കിവച്ചെങ്ങോ മറഞ്ഞതിൻ
വേദന കവിതകൾ വിരിയുന്ന ശില്പമായ്...
ഇന്നെന്റെ ചിന്തയ്ക്കുമപ്പുറത്തെത്രയോ,
വൻമുടിയ്ക്കൊപ്പം വളർന്നു പടർന്നതിൻ
പുണ്യമായ് ലോകം നമിക്കുന്ന താജ്മഹ-
ളിന്നൊരു ചോദ്യമായ് മാറുന്നതെങ്ങനെ...
കേവലം പൂക്കുന്ന ഭ്രാന്തിന്റെ ബീഭത്സ-
രൂപം നടുക്കുന്ന ചിന്ത കത്തുമ്പഴോ
ആരാരുമോർക്കാത്ത പുത്തൻ കഥകൾ തൻ
വ്യാജ സന്ദേശങ്ങളുണരുന്ന രാവുകൾ...
കത്തും കൊട്ടും വിഷ ജ്വാലകൾ, പേക്കൂത്ത
നൃത്തങ്ങളാടുന്ന കുടില തന്ത്രങ്ങളും
വാലിൽ കിളർന്നു നിന്നാടുന്ന പാമ്പിന്റെ
വീറുപോൽ ചീറ്റുന്നു ജാതിപ്പിശാചുകൾ...
ഇല്ലാക്കഥകൾപെരുപ്പിച്ചു നാട്ടിലോ
പൊല്ലാപ്പു കത്തും കതിനകൾ പൂക്കുന്നു...
കോറിയുറപ്പിച്ച ചരിതങ്ങളൊക്കെയും
പാടിപ്പറഞ്ഞു പതുക്കവെ മാറ്റുന്ന
ഹീന തന്ത്രങ്ങൾ, പെരുച്ചാഴി ബുദ്ധിക-

ള്ളിയിട്ടോതുന്ന പുത്തൻ കഥകളും....!
നേരില്ല, നേരിന്റെയംശമില്ലാത്തവ
പാഴായ് പതിയ്ക്കു മഗാധ ഗർത്തങ്ങളിൽ...!
സപ്താതഭൂതങ്ങളിലൊന്നായ് മഹത്തായ
ഹൃത്തുകൾ തമ്മിൽ ലയിച്ച പ്രേമത്തിന്റെ
ശില്പമായ് മാറിയ ജീവൻ തുടിയ്ക്കുന്ന
നിത്യതേ നിയെത്ര നാളിനി നിന്നിടും....!

അശാന്തം

(ലക്ഷ ദ്വീപിന് ഐക്യ ദാർഢ്യം)

നിറഞ്ഞ ശാന്തതയകന്നു പോകുന്നു
നിലവിളികളോ മുറിഞ്ഞു പോകുന്നു
തകർന്ന ചങ്കിൽ നിന്നുതിരും ദൈന്യത
തിരിച്ചറിയുവാൻ കഴിയാതാകുന്നു...
പരന്നു കാണുന്ന മണൽപ്പരപ്പിലോ
പരാന്ന ഭോജികൾ ചവിട്ടിക്കൂട്ടുന്നു
കിളുന്നു നൊമ്പരം മുറുകി രാവിന്റെ
നിഴൽപ്പരപ്പിലെ ചവിട്ടു നാടകം...
അലിഞ്ഞു ചേരുന്ന മുളന്തണ്ടിൻ രാഗ-
മറിയാതൊട്ടുപേർ നിഴൽക്കൂത്താടുന്നു...
പറന്ന പൈങ്കിളിച്ചിറകരിഞ്ഞതിൻ
പെരിയ രോദനം കറുത്തുകൂടുന്നു...
നിറഭേദം തെല്ലു മറിയാതിത്രനാൾ
നിലാവുപോലെങ്ങും നിറഞ്ഞു നിന്നൊരാ
നിറഞ്ഞ ശാന്തത കലക്കി വെള്ളത്തിൽ
വിഷം കലർത്തുന്നു വികട വിസ്മയം...!
പയറ്റിയിത്രനാൾ പലതുരുത്തിലും
കറുത്ത പോത്തിന്റെ പുറത്തിരുന്നു നീ-
യരിഞ്ഞു വീഴ്ത്തിയ കബന്ധമൊക്കെയും
നിരന്നു കാണുന്നു ചെറുത്തു നില്പുപോൽ...
പുതുതുരുത്തുകൾ പിടിച്ചെടുക്കുവാൻ
അറുകൊലത്തെയ്യ മുറഞ്ഞു തീർക്കുവാൻ
നിനക്കേറും ത്വരയറിയും ഞങ്ങളോ
നിരക്കയാണിന്നീയശാന്ത ഭൂമിയിൽ...!
ചരിത്രമങ്ങനെ പകർന്നെടുക്കുവാൻ
നിനക്കാവില്ലെന്നു തിരിച്ചറിയുക...
മനുഷ്യബോധങ്ങൾ നശിച്ചു പോകയാൽ
കുതിപ്പു കാണാനും നിനക്കൊട്ടാവില്ല...
ഇവിടെ നീലച്ച തുരുത്തു കാക്കുവാ-
നുയരുന്നായിരം കരങ്ങളുണ്ടെന്നും
തടുക്കുവാൻ നിന്റെ ദ്രവിച്ച ബുദ്ധിയും
ക്ഷയിച്ച കായവും തികയാതായിട്ടും.

ഇരുട്ടുളുവുന്ന കുരുട്ടു ബുദ്ധിക-
ളൊരിയ്ക്കലേല്ക്കാതെ തരിച്ചു നില്ക്കുമ്പോൾ
തുടയ്ക്കു താടിച്ചു തകർത്തു നിന്നിലെ
ദുഷിച്ച ജന്മത്തിന്നറുതി വന്നിടും...!
അതുവരെ മോഹം പഴപ്പിച്ചങ്ങനെ
പകലിരുട്ടായി നിനക്കു നിന്നിടാം
ഉദിച്ചു പൊങ്ങുന്ന പുതിയ സൂര്യന്റെ
കരത്തിൽക്കാളുവാൻ നിനക്കുയോഗമോ...!

കാവ്യം

കവിത പൂക്കുന്നകാലം, കൊറോണയും
അതിനു മേലെയായ് പൂക്കുന്നു കായ്ക്കുന്നു
പതിയെ തെന്നലിൻ ചാഞ്ചാട്ട മേളനം
മുഖരിതം നാട്ടു ചൊല്ലും പ്രയോഗവും...
അരിയ സൗഹൃദം പിൻ വാങ്ങി നില്ക്കുന്നു
പുതിയ രീതികൾ പുത്തൻ പ്രചോദനം
മുഖമറിയുവാനാവാത്ത രൂപങ്ങ-
ളരികി, ലകലെയും മേളിച്ച നില്ക്കിലും...
അണുപരക്കുന്ന മാർഗ്ഗങ്ങളേതെന്ന്
പറയുവാനില്ല ന്യായങ്ങളെങ്കിലും
കഴുകി വച്ചിടാം കൈകൾ, പരസ്പരം
പുണരുവാനുള്ള ശീലം മറന്നിടാം...
ഒത്തു കൂടലും പങ്കിട്ടെടുക്കലും
നിർത്തി, നാളത്തെ നന്മകൾ പൂക്കുവാൻ
നല്ല ചിന്തകൾ തളിരിടാൻ പൂവിടാൻ
കർമ്മ കാണ്ഡങ്ങൾ തേയ്ച്ചുമിനുക്കുക...!
ആരവങ്ങളിൽ പൂക്കുന്ന വൈകൃതം
ആരിലും നന്മ മൊട്ടിട്ടുണരില്ല...
അന്തരംഗങ്ങളാവർത്തനത്തിന്റെ
ചിന്ത കത്തിപ്പടരുന്ന കോലങ്ങൾ
കണ്ടു മേളക്കൊഴുപ്പു കൂട്ടുന്നവർ
പണ്ടു പോലിന്നുമുണ്ടു പരക്കനെ...
പൂത്തമാവിന്റെ കൊമ്പിൽ കുയിലുകൾ
പ്രാർത്ഥനക്കെത്തി ചിറകിളക്കുമ്പോഴും
വാഴ്ത്തുരവയും തപ്പും തുടിയുമായ്
കാറ്റതാവുന്ന സായന്തനങ്ങളിൽ
പുഞ്ച മൂളിക്കുതിയ്ക്കുന്ന പാടങ്ങ-
ളുണ്ടു കൊയ്യുവാൻ വന്നോരു തത്തകൾ...
മന്ദ മാരുതൻ ചാഞ്ചാടി നില്ക്കുന്ന
ചന്തമുണ്ടെന്റെ നാട്ടിന്നിടങ്ങളിൽ...
തൃപ്തി നല്കുന്ന വാർത്തകൾ കൺകളിൽ
സത്യബോധനം നേരിന്റെ പൂമ്പൊടി
കെട്ടകാലത്തെയോർമ്മകളൊക്കെയും

ശക്തിളുവും കവിതയായ് പൂക്കുന്നു...
കവിത പൂക്കുന്നകാലം കൊറോണയും
അതിനു മേലെയായ് പൂക്കുന്നു കാഴ്ക്കുന്നു
വരിക നേരോടെ പൊരുതി മുന്നേറുവാൻ
അണുവിമുക്തമാം നാളേയ്ക്കു വേണ്ടി നാം...!

ചതുരംഗം

ചതുരംഗക്കളം കണ്ട് പകച്ചു പോയോ നിന്റെ
ചതുർ ബുദ്ധി കുരുങ്ങിയും പിണഞ്ഞു പോയോ...?
പുലർകാല കിനാവുകൾ പൊലിഞ്ഞു പോയോ നിന്റെ
നിലാവിന്റെ നടുക്കെന്തേ കറുത്ത പുള്ളി ...?
അളന്നു നീ സ്വരുക്കൂട്ടിക്കരുതി വച്ച
കനവിന്റെ കരൾ പൊട്ടിത്തകർന്നു പോയോ...?
പുറത്തൊട്ടുമൊഴുകാതെയകത്തു തന്നെ
തളം കെട്ടി കട്ടയായി കറുപ്പിൻ ചന്തം...
നിലാപട്ടു തറയിൽ നിന്നുറഞ്ഞു തുള്ളും
ചിലമ്പിന്റെ മൃദു താളം നിലച്ചു പോയോ...?
പുറത്തൊന്നും പൊലിഞ്ഞില്ല നിറഞ്ഞ താലം
കമിഴ്ത്തിയ കുരുതിയിൽ കുളിച്ചു നിന്നോ...?
കുതിച്ചു പായുന്ന കാലാൾ പടയിളക്കം
നിനച്ചില്ല കരുത്തിന്റെ ത്രസിച്ച ഭാവം
നിനക്കായിട്ടൊരുക്കിയ മുഴുത്ത തേരിൽ
നിനയ്ക്കാതെ കഴുകിന്റെ നിഴൽ പരന്നു...
ഒരു കാറ്റിൻ ചിറകെന്തേ കരിഞ്ഞു കണ്ടോ...?
മണം മൂക്കിന്നറകളിൽ കുടിയിരുന്നോ...?
പിറപ്പിന്റെ കലിദോഷം കലങ്ങിപ്പൊങ്ങി
കളിത്തട്ടിന്നവസാന പടിയും മുങ്ങും....
ഇനി നിന്റെ മുടിമാത്രം പുറത്തു കാണും
അതു പിന്നെ മറയുന്ന നിമിഷമെത്തും
കരുനീക്കാനുറച്ചു നീ പകച്ചു നില്പൂ
കലി കാലപ്പൊരുത്തങ്ങൾ കടപറിക്കും...!
ചതുരംഗ കളം കണ്ടു പകച്ചുപോയോ നിന്റെ
ചതുർ ബുദ്ധിയളിഞ്ഞതിൻ ദുഷിച്ച ഗന്ധം
ഒഴുകി വന്നടുക്കുന്നു നിറഞ്ഞ വിണ്ണിൻ
നിഴൽ വീണോരിടങ്ങളിൽ നിറം ചോരുന്നു...
കളം നീളെ നിറഞ്ഞൊരാക്കരുക്കളൊക്കെ

കര കാണാതൊഴുകിയങ്ങൊടുങ്ങുമല്ലോ...
അതിൽ നീയും പെടും നിന്റെ കുലമൊടുങ്ങും
അനിവാര്യം കഥയന്ത്യം നിനച്ച നില്ല...!

സഞ്ചരിക്കുന്ന ആത്മാവ്

ഒറ്റയ്ക്കൊരാത്മാവു കുന്നിൻമുകളിലേ-
യ്ക്കെത്തിപ്പിടിച്ചു കയറുന്നു, ചുറ്റിലും
കത്തുന്ന നാലഞ്ചു പന്തങ്ങ, ളൊക്കെയും
വെട്ടം കുറഞ്ഞവ, ദുർഗന്ധ പൂരിതം....
സ്വർഗ്ഗത്തിലേയ്ക്കു കടക്കുവാൻ വെമ്പുന്ന
ചിത്തങ്ങ, ളുയിർ ബാക്കിവച്ചേ മരിച്ചവർ
എത്തിയില്ലെങ്ങും വഴിയെത്ര ദുർഘടം
കിട്ടിയൊരുപദേശമൊന്നും ഫലിച്ചില്ല....
ചാടിക്കളിച്ചു മറിഞ്ഞതും, കൈകൊട്ടി-
യാടിയും പാടിയും വ്യർത്ഥ ജന്മങ്ങൾത-
ന്നാധിയും വ്യാധിയും പങ്കിട്ടെടുക്കുവാ-
നാരുമില്ലൊറ്റയ്ക്കു, തന്നെ നടക്കണം..!
പ്രണയം ചതിച്ചതും തേയ്ച്ചതും, കൗമാര-
ലഹരികൾ കൈവിട്ട കളികൾക്കൊടുക്കം
മുറിവേറ്റ ഹൃത്തിൽ നിന്നൂർന്നു വിടർന്നൊരു
വ്രണിതമാമാമ്താവു തന്നെയാവാം...
ഞാന്നു കിടന്നു പിടഞ്ഞും മുറുകിയു-
മാത്മാവുയർത്തിയ തേങ്ങലും വിങ്ങലും
ആരും പകർത്തുവാനെത്തില്ല, കാറ്റിനും
ശീലം മറന്നുള്ള ചാഞ്ചാട്ട ഭാവമോ...?
അക്കരെ വെയിലത്തുരുകുന്ന കാന്തന്റെ
ചിത്തം തകർത്തും ചതിച്ചുമൊരുവൾതൻ
മുഷ്കിന്റെ നേരായ സാക്ഷ്യം പറഞ്ഞതിൻ
ഹൃത്തുടഞ്ഞൊഴുകിയൊരാത്മാവു തന്നയോ...?
പാപവും, ശാപവും സമ്മിശ്ര രൂപമായ്
ശ്വാന ജന്മം പൂണ്ടൊരുവന്റെ നൈരാശ്യ-
ജീവിതം ഗതികെട്ടലഞ്ഞും പുറന്തോട്
കീറിപ്പുറം ചാടിയുഴറിയൊരാത്മാവ്...?
ഏതാകിലും കുന്നു കേറിയിറങ്ങിയാൽ
കേറണം നൂൽപ്പാല, മപ്പുറം, മിപ്പുറം
വീഴാതെ മുന്നേറിയെത്തുമോ? ഇല്ലാത്ത-
നാക, മീ നരകത്തിൽ നിന്നുള്ള യാത്രയിൽ...?

ഒറ്റയ്ക്കൊരാത്മാവു കുന്നിൻ മുകളിലേ-
യ്ക്കെത്തിപ്പിടിച്ചു കയറുന്നു, ചുറ്റിലും
കത്തുന്ന നാലഞ്ചു പന്തങ്ങളൊക്കെയും
വെട്ടം കുറഞ്ഞവ, ദുർഗന്ധ പൂരിതം.....!

ഒന്ന്

ഒന്നാണ് ഒന്നാമതാണെന്റെ കേരളം
ഒന്നായി നില്ക്കുന്ന പുണ്യഭൂമി
ഒന്നിച്ചു നിന്നു നാം നേടിയ നേട്ടങ്ങൾ
എണ്ണിപ്പറയാനെളുപ്പമല്ല
അക്ഷരം കൂട്ടിപ്പഠിക്കുവാൻ മക്കൾക്ക്
മെച്ചത്തിലായല്ലോ വിദ്യാലയങ്ങൾ
കെട്ടിലും മട്ടിലും രൂപഭാവങ്ങളിൽ
അത്യുന്നത ശ്രേണി കൈവരിച്ചു.
ആതുര ശുശ്രൂഷ നാട്ടുകാർക്കേകുവാൻ
ആരോഗ്യ രംഗം വളർന്നു പൊങ്ങി
ഏതു മഹാമാരി ആഞ്ഞടിക്കുമ്പൊഴും
ലോകോത്തരങ്ങളാം രീതിയുണ്ട്...
റോഡുകൾ, പാലങ്ങൾ, വീടുകളെന്നിവ
ആകെ മികച്ചതായ് മാറിയില്ലേ
കേമമാണെല്ലാ, മതിൻ മേൻമ കാണുക
നാളേയ്ക്കു വേണ്ടി കരുതലുണ്ടായ്
നാലരവർഷം മറക്കുവാനാവാത്ത
രീതിയിൽ വൈദ്യുതി കിട്ടിയില്ലേ
ഒപ്പം നടന്ന മഹാദുരന്തങ്ങളിൽ
കെട്ടിപ്പിടിച്ചു പുലർത്തിയില്ലേ
എത്ര ഞെരുങ്ങിക്കഴിയിലും നമ്മളെ
പട്ടിണിക്കിട്ടുകൊടുത്തുമില്ല
ഇല്ലായ്മയൊന്നുമറിഞ്ഞില്ല നമ്മളും
ഇന്നോള മീ ഭരണത്തിലെങ്ങും
ഇതു നീളെ നാളെയും നമ്മൾക്കു നേടുവാൻ
ഇനിയുമുണ്ടേറെ യീ ഭരണം തുടരണം
അതിനായി കൂട്ടരേ ഒത്തുചേർന്നണിയായി
ഇടതിനോടൊപ്പം നടന്നു കേറാം
ഈ ഹരിതമയ ഭൂമിയെ കാത്തു നില്ക്കാം...

വീണ്ടുമൊരോണം

കാണായ കാടും തൊടികളും മുറ്റത്തെ-
യോരവും, വേലിയും, പൂവിട്ടു നില്ക്കുന്ന
തുമ്പയും മുക്കിറ്റി, ചേമന്തി, തെച്ചികൾ
ചന്തം വിടർത്തിയാടുന്നിളം കാറ്റിലും...
ഓണവും കൊണ്ടു വരുന്ന ചിങ്ങത്തിനെ
താലപ്പൊലിയോടെതിരേല്ക്കുവാൻ
മാലോകരൊക്കെയൊരുങ്ങി മുറ്റങ്ങളോ
വാരിയും കോരിയും തേയ്ച്ചു മിനുക്കുന്നു...
മുറ്റം തൊടികളും, തട്ടിൻ പുറങ്ങളും
മെച്ചം വിളവുമായ് കായ്കറിക്കൂട്ടങ്ങൾ
പുത്തൻ നയത്തിന്റെ ബോധനം കർമ്മമായ്
കർഷകക്കൂട്ടങ്ങൾ നാടാകെ മാറി...
ഞെങ്ങി ഞെരുങ്ങിയാണെങ്കിലും വീടുകൾ
കണ്ണുനട്ടോണത്തെ നോക്കുന്നു തൃപ്തരായ്
കിറ്റുകൾ, പെൻഷൻ, കരുതലായ് മാലോകർ-
ക്കുത്സവം പൂക്കുന്ന കാലമെന്നോർക്കണം...
പോയാണ്ടു വന്ന മാവേലിയുണ്ടിപ്പൊഴും
കേരളം വിട്ടങ്ങു പോയതില്ല
കണ്ടു നടക്കിയാണിപ്പൊഴും മൂപ്പിലാൻ
തന്റെ കാലം തീർത്തയോർമ്മച്ചിറകുമായ്...
'എന്റെ സ്വപ്നങ്ങൾ ചിറകുവച്ചുണരുന്നു
കണ്ടു ഞാനിപ്പൊഴ മിക്കൊച്ചു ഭൂമിയിൽ
എന്തെന്തു ദൃശ്യങ്ങളാഹ്ളാദ ചിത്തരാ-
യെന്റെ പ്രജകളോ, മുന്നേറി നില്ക്കുന്നു...! '
ചാർത്തുവാനാവില്ല തുല്യമീ മണ്ണിലെ
കൂട്ടായ്മ തീർക്കുന്ന കോട്ടക്കരുത്തുകൾ
അത്രമേലേറെ കരുതലും കാവലും
ദൃശ്യമാണെപ്പൊഴ മീ നാട്ടുമഹിമകൾ...

ശക്തമാണോർമ്മകൾ മങ്ങാതെ മറയാതെ
പുത്തൻ തലമുറ മാതൃക തീർക്കുന്നു...
നാളെയും നീളെയു മിക്കൊച്ചു കേരളം
വാഴണം ഞാനെന്റെ ശക്തികൾ നല്കുന്നു...!

ചുടല

കത്തുന്ന ചുടലകൾ പൊട്ടുന്ന നെഞ്ചകം
എരിയുന്ന ചങ്കുകൾ കരിയുന്ന മജ്ജകൾ
ഇത്തിരിക്കരളിലും തീ പടർന്നേറുന്ന
ദൃശ്യം ഭയാനകം, കാറ്റിലൂടെത്തുന്ന
ദുർഗന്ധമേറ്റാലുമറിയാത്തയൊട്ടു പേ-
രപ്പുറം നാട്യ ഗൃഹങ്ങളിൽ സാമോദ-
മുഛിഷ്ട ഭോജനം, കൂത്തിന്റെ യാരവം
ദുഷ്ടത കൊടികുത്തി വാഴുന്ന നാടകം...!
പ്രാണൻ പിടയ്ക്കുന്നു വായു വിലക്കുന്നു
ജീവനിൽ പോലും നികൃഷ്ടമാം ചിന്തകൾ
പേടിപ്പെടുത്തുന്ന വെറിയും വിളംബര
ബാധകളൊഴിയാതെ സജ്ജനം വേവുന്നു...
ശാസ്ത്രം വലം വച്ചു നില്കേണ്ട ഭൂമിക
ചാത്തവു,മാട്ടും നടത്തിമുന്നേറുന്നു...
കെട്ടുകഥകൾക്കു കൊമ്പും, പൊടിപ്പുമായ്
വച്ചടി പിന്നിലേയ്ക്കാവാഹനം സ്വാഹ...!
മാരി പേമാരി മഹാമാരി ജീവിതം
നായകൾക്കൊപ്പം തെരുവിൽ പൊലിയുന്നു
ചേർത്തു പിടിയ്ക്കേണ്ട കൈകളിൽ മന്തിന്റെ
മൂർത്ത രൂപം; ധാർഷ്ട്യഭാവം ദുരന്തങ്ങ-
ളാർത്തലച്ചെത്തുന്ന പകലുകൾ സന്ധ്യക-
ളോർത്താലകം പൊള്ളി, രാവിലും നോവിന്റെ
ചീർക്കുന്ന സത്യങ്ങളന്തകപ്പൊരുളുക-
ളാർക്കും ദഹിക്കാത്ത മിഥ്യകൾ, കോലങ്ങൾ...
ഘോഷങ്ങൾ മേളകളൊട്ടും കുറവില്ല
വാർത്തകൾക്കാവില്ല, വായ്ക്കരിയൂട്ടുവാൻ
കെട്ടിയുയർത്താം മതിലുകൾ, ദുർഗന്ധ-
മെത്തുന്ന കാറ്റെ മറയ്ക്കുവാനാവില്ല...!
കർമ്മങ്ങൾ തർപ്പണമില്ലാതെ മാനവൻ
നിന്നും നടന്നുമെരിയുന്ന ചുടലകൾ...!
ഇതു ഭാരതം ഭാവി ഇരുളിന്റെ വൻഗുഹ
ഇതു മാറുവാൻ നമ്മളെന്തു ചെയ്യും...?

പുരകത്തുമ്പോൾ

നെഞ്ചളക്കുമ്പോൾ കുറയുന്നു, മുഷ്ക്കിന്റെ
സഞ്ചാര ദൂരം കുറയുന്നു, തെരുവുകൾ
നൊന്തു നില്ക്കുന്നു, തണുപ്പിന്റെ ജ്വാലകൾ
വെന്തുരുകുന്നു, ജ്വലിയ്ക്കുന്ന കണ്ഠങ്ങൾ
ഒറ്റയ്ക്കൊരേയൊരു താളക്രമത്തിന്റെ
ശക്തിയിൽ ഗോപുരാഗ്രങ്ങൾ വിറയ്ക്കുന്നു...
അസ്ഥിയും മജ്ജയും രക്തവും മഞ്ഞിന്റെ
കട്ടയായ് തെരുവുകൾ ഗർജ്ജിച്ചു നില്ക്കുന്നു...
മർത്ത്യജന്മത്തിന്റെ സങ്കീർണ്ണഭാവങ്ങൾ,
കത്തുന്ന പന്തങ്ങൾ ഗോപുരം നോക്കുന്നു...
ഉച്ഛിഷ്ട ഭോജ്യം വിളമ്പുന്ന സംസ്കാര
ശിഷ്ടങ്ങൾ വാലിൽ കിളരുവാൻ വെമ്പുന്നു...
കത്തേണ്ടതൊക്കെയും കത്തണം, മല്ലെങ്കി-
ലുച്ചക്കൊട്ടും വെയിലാളുന്നതെന്തിനായ്...?
അന്നം മുടക്കുന്ന തത്വം വിളമ്പുവാ-
നന്തവും കുന്തവും കൈവിട്ട ഭോഷ്ക്കുകൾ
നേരിട്ടെതിർക്കുവാനാവാതെ വക്രത
രൂപവും, ഭാവവും മാറ്റിക്കുരയ്ക്കുന്നു...
വാലിന്റെയഗ്രം നിവരില്ലയെന്ന കഥ
പാടാതറിയുവോരപ്പുറത്തേറെയായ്...
രാമം ജപിച്ചും തപിച്ചും നടന്നാൽ
രാമരാജ്യം വന്നുചേരില്ലറിയുക...!
നേരാണറിയുക പുലരില്ല ഹൈന്ദവം
പാഴായ സ്വപ്നങ്ങൾ കാടുകേറും....
പടരുന്ന രോഷാഗ്നിയാളും ദിശകളി-
ലെരിയു മീ പാഴ്മരം കാടും ജടകളും....!
ആയുധമേന്താതനേകങ്ങളിച്ഛ തൻ
വായു ബലത്തിൽ കുതിച്ചു മുന്നേറുന്നു
ആയുധം കൊണ്ടു ചെറുക്കുന്ന നിൻ ദുര-
യാരിലും കൗതുകം പൂക്കുന്ന കാഴ്ചകൾ...
ചക്ര വ്യൂഹം തീർത്ത നീയിന്നകത്താണു
ചക്രം തിരിയ്ക്കുവാനാവാതെ നില്ക്കുന്നു

ഭേദിച്ച കേറുവാനെത്തുന്ന ക്രൂരരോ
തീയിൽ കരുത്തു വളർന്നവർ വാടില്ല...!
മുട്ടുകുത്തുന്ന നിൻ ഹുങ്കിന്റെ ശീല്ക്കാര
ശബ്ദം നടുക്കമായ് ഗോപുരം നീങ്ങുന്നു...
ഇതുകൂടിയോർക്കുക പുലരില്ല വൈകൃതം
ഒരു നാളു മീമണ്ണ് ഗർഭം ധരിക്കില്ല...
പണിയാളരുട്ടി വളർത്തുന്ന പൂമരം
ഇനി വരും നാളിൽ തളിർത്തു പൂക്കും...!

ഉരുളി

ആറ്റുനോറ്റുരുളി കമിഴ്ത്തിയുണ്ടായൊരു
മൂത്തവൻ മുടിയനായ് മാറി...
വീട്ടിനും, നാട്ടിനും കൊള്ളാത്ത വസ്തുവായ്
കാറ്റിൽ പറന്നു നടപ്പൂ...
കർക്കടപ്പേമാരി,യിരുളും കുഴഞ്ഞുള്ള
ദുർഘടരാത്രിയിൽ മണ്ണുതൊട്ടു!
വെള്ളിടി മിന്നലും, ഭൂമികുലുക്കവു-
മന്നത്തെയോർമ്മ നടുക്കമായി...
കാലം ഗണിക്കുവാൻ വന്ന ഗണകന്റെ
നാരായ മുനയിലെ ചോരക്കറ
ഇന്നുമൊരജ്ഞാത വാണി രഹസ്യമായ്
തന്നെ നില്ക്കുന്നു പൊരുളെന്തഹോ...!
വച്ചടി വെച്ചു വളർന്നവൻ വീടിന്റെ-
യുച്ചിയും മോന്തായ സമ്മേളനം...
കർക്കട പേമാരി കൊട്ടിക്കയറുന്ന
ദുഷ്ടമുഹൂർത്തം പുലർന്നു കാൺമൂ...
പൊട്ടിവിരിഞ്ഞ പുലരി പെരുമ്പറ-
കൊട്ടിക്കയറുമുഷസ്സിന്റെ ഗീതകം
ഇടവഴി, പെരുവഴി നാട്ടിന്നകങ്ങളിൽ
അവനെന്ന സ്വത്വം നിറഞ്ഞു നിന്നു...!
എതിരെ നടന്നവർ വഴിമാറിയിടവഴി
പലതായ് പിരിഞ്ഞു മറഞ്ഞു കാൺമൂ...
കുവിത്തെളിഞ്ഞൊരു പൂവൻ വരമ്പിന്റെ
ചാരത്തു നടുവിൽ പറന്നു നിന്നു...
അങ്കക്കലി, ചെണ്ടമേളം ചുരികതൻ
സഞ്ചാര ശീൽക്കാര ശബ്ദം
മുടിയനെ കണികണ്ട മാലോകരൊക്കെയും
അരയും തലയും മുറുക്കി നിന്നു...
കുരുതിക്കളം തെച്ചിമാല തിളങ്ങുന്നൊ-
രുടവാളുയർന്നു നിവർന്നു നിൽക്കെ
അരുതെന്നു ചൊല്ലുവാനാരുമുണ്ടായില്ല
മുടിയന്റെ ജന്മം തുലഞ്ഞു വീണു...!

ഓണക്കാഴ്ചകൾ

മാമല നാടു ഭരിച്ചൊരാ രാജന്റെ-
യോർമ്മയിൽ പൂവിട്ടുണരുന്ന യോണവും,
മാവേലി നാടിന്റെ പുണ്യം വിളമ്പുന്ന
ഓണക്കഥകൾക്കു നൂറുരൂപം ...
അന്തരമേതുമില്ലാതെ മനുഷ്യന്റെ
ബന്ധുത കതിരിട്ടു നിന്നൊരക്കാലവും
പങ്കുവച്ചുണ്ട സമൃദ്ധി സമ്പത്തുകൾ
പങ്കിട്ട സന്തോഷ സല്ലാപ നാളുകൾ...
ഓർമ്മകളിന്നും പവിത്രമായ് കേരളം
ജീവനു തുല്യം ചുമന്നു നടക്കുന്നു
ആ നല്ല നാളിന്റെ നന്മ തൻ പൂക്കളെ-
മോരോ മനസ്സിന്റെ, മുറ്റത്തു മുണരണം...
ഒന്നായി വാണതിൻ ചേലും മഹത്വവു-
മിന്നത്തെ മക്കളെ ചൊല്ലിപ്പഠിപ്പിക്ക
അന്യന്റെയുച്ഛിഷ്ടമുണ്ണുന്ന ശീലങ്ങ-
ളൊന്നാകെ മാറണം! മാറ്റണം സംസ്കൃതി...!
പന്ത്രണ്ടുകാരിയെ പട്ടുടിപ്പിച്ചിട്ട്
പണ്ടത്തെയോണക്കഥ പറയിക്കുന്ന
'ചാനലോണത്തിൻ' പുളിച്ച തികട്ടലിൻ
വ്യാധികൾ പടരവേ തളരും തലമുറ
ഉള്ളിൽ നിറഞ്ഞു കുമിയുന്ന വൈകൃതം
തിന്നു വളരുന്നു, പാഴായ ജന്മങ്ങൾ...
ഓണക്കളികളും, സദ്യയുമാഘോഷ
വേളയും യാന്ത്രികം നാമറിയുന്നില്ല...
പുത്തൻ വിപത്തു ചുമന്നു നടന്നു നാ-
മെത്തുവതെവിടെന്നുമറിയില്ല; ബന്ധങ്ങ-
ളൊക്കെയും വൈരുധ്യരൂപം; മുറുകുന്ന
കെട്ടുകൾ, ഭാഷയും, ഭാഷാന്തരങ്ങളും...!
എങ്കിലുമോണങ്ങൾ കൊണ്ടാടുവാൻ വെമ്പി
നിന്നുമിരുന്നും തിരക്കുന്നു സർവ്വരും
തൊട്ടുതേക്കാം നാവിലിത്തിരിയോർമ്മകൾ
പച്ചവയമ്പിൻ കുഴമ്പിനോടൊപ്പമായ്...!

കാളിനാടകം

തിളയ്ക്കു മുച്ചയിൽ തിളച്ചു കാണുന്നു
തെറിച്ച കാളിയോ കരിമ്പനത്തട്ടിൽ
ചുവട്ടി, ലമ്പര, ന്നതീവക്രുദ്ധനായ്
തെറിപ്പാട്ടിൻ ഭാണ്ഡ മഴിപ്പൂ ദാരികൻ
ഇറക്കമുണ്ടെന്നു പറഞ്ഞു കാളിയും
മുറുക്കിപ്പട്ടയിൽ പിടിച്ചു തൂങ്ങുന്നു
നിലത്തു താണ്ഡവച്ചുവടുറപ്പിച്ചു
മലക്കനെ നോക്കിച്ചിരിപ്പൂ ദാരികൻ
ഇറങ്ങിയാൽ മൂക്കും മൂലയരിഞ്ഞിട്ടു-
മിറങ്ങാഞ്ഞാൽ നിന്റെ കുലമെരിച്ചിട്ടും
തെറിക്കുമേമ്പൊടി കലർത്തി ദാരിക-
നുറക്കെ മോങ്ങുന്നു ദിഗന്ധം ഞെട്ടിയോ...?
ഇവനരിയുവാൻ മുലകൊടുക്കില്ല-
യതിന്നു വേറെയുണ്ടുപയോഗം നാളെ
പുരമെരിക്കുവാൻ പറിച്ചെറിയുമ്പോൾ
മുറിപ്പാടുണ്ടായാൽ കുരുത്തക്കേടാവും...
വിതയ്ക്കുവാൻ വിത്തു കഴിഞ്ഞു കൊട്ടയി-
ലൊരുത്തനുള്ളതും മതിയാവുന്നില്ല
മുളയ്ക്കുമെന്നതിന്നുറപ്പില്ലാതായി
നിലത്തെ മണ്ണിനും മനം മാറ്റം വന്നു...!
പഠിച്ചു മാനവൻ പലതുമങ്ങനെ;
ഉയർത്തി ശാസ്ത്രത്തിൻ ബലത്തിൽ; നാട്ടുക-
ളുണർത്തി, ബോധങ്ങളുടച്ചു വാർക്കയാൽ
തിരിച്ചറിവെന്ന സമസ്യ പൂത്തുവോ...?
പഴമ്പാട്ടീണത്തിലുറക്കെ പാടിയും
നിലത്തു പോരാടി വിയർത്തൊട്ടുങ്ങിലും
നടക്കും നാടകം തിരിച്ചറിയുന്ന
കരുത്തിൽ മാനവൻ വളർന്നു നില്ക്കുന്നു...!

മുറിഞ്ഞ നാവുകൾ

ഒന്നല്ലൊരായിരമല്ല, തിലേറെയു-
ണ്ടിന്നു മുറിഞ്ഞുള്ള നാവുകൾ, മണ്ണിൽ വീ-
ണൊന്നായ് നിലവിളിക്കുന്നു, ദിഗന്തങ്ങൾ
ചെന്നു ഭേദിക്കുന്ന രോദനം, ഭീകരം!
കുഞ്ഞിളം മേനി തകർക്കുന്നൊരാവേശ-
മെങ്ങും പടരും, കിരാത വ്യാഘ്രങ്ങൾ തൻ
കത്തിപ്പടരുന്നു കൗമാര നാഭിയിൽ
ചുറ്റിക്കയറും കരി നാഗ ശീല്ക്കാര-
ശബ്ദം, തകർക്കുന്നരക്കെട്ടു, നെഞ്ചകം
കുത്തിപ്പൊളിക്കുന്ന ചോരത്തിളപ്പുകൾ...!
ഇത്തിരി മാത്രം തുടിക്കും ഹൃദന്തങ്ങ-
ളുച്ചത്തിലൊന്നു മുരക്കുവാനാവാതെ
ശബ്ദം, കരച്ചിൽ പുറത്തുവന്നെത്താതെ
നക്കി മുറിയ്ക്കുന്നു നാവുകളൊക്കെയും.....!
കേവലം മൊട്ടായിരുന്നവയൊക്കെയും
നാളെ വിടർന്നുല്ലസിക്കേണ്ട പൂവുക-
ളാകെ വിരൽ നഖം കൊണ്ടു ചീന്തുന്നതിൽ
വ്യാകരണങ്ങളറിയുന്നു ഞങ്ങളും...!
ശത്രുവല്ല, വരുമീ മണ്ണിന്നവകാശി-
പൊട്ടി മുളച്ച ചെളിക്കുണ്ടിലെങ്കിലും
ഒപ്പത്തിനൊപ്പമാ സൃഷ്ടിക്കു തീണ്ടലും
തൊട്ടു കൂടായ്മയും പങ്കിട്ടു നല്കുന്നു...!
ഹത്യ വിധിക്കുവാനെത്രയോ മാർഗ്ഗങ്ങ-
ളൊക്കെയറിയുന്ന ദേഹമാണെങ്കിലും
മൊട്ടുകൾ നുള്ളി കശക്കി വംശങ്ങളെ-
ഹത്യയിലൂടെയൊടുക്കുവാനാവുമോ...?
കാമം ജ്വലിച്ചു പുകഞ്ഞിട്ടുമല്ല നി-
ന്നാധി പെരുപ്പതു വർണ്ണാശ്രമങ്ങളിൽ...
ചാതുർ വർണ്യം പുന:സ്ഥാപിച്ചു മേൽക്കോയ്മ-
നേടിബ് ഭരിക്കുവാൻ മൂക്കുന്ന ഭ്രാന്തോ...?
കാവി പൊതിഞ്ഞ പിണ്ഡങ്ങളെ പേടിച്ചു
ജീവിതം ഹോമിച്ചു തള്ളു വാനാവുമോ...?
നീ പുലർത്തുന്നൊരാ നീതി ശാസ്ത്രത്തിന്റെ

നാരായ വേരും മുറിച്ചെറിഞ്ഞീടുവാൻ
ആയുധ മേന്താത്തൊരായിരം ഗോത്രങ്ങ-
ളൂഴിയിൽ പൊട്ടിമുളച്ച വളർന്നിടും...!
തുപ്പുന്ന തീയിന്റെ നേർക്കുള്ള നിങ്ങളെ
കത്തിച്ച ചാരം കലക്കുമാ ഗംഗയിൽ...
ഇല്ല, തടുക്കുവാനാവില്ല നീയതിൽ
വെന്തൊടുങ്ങുന്നതാം ചിത്രം തെളിയുന്നു...!

തിരുവോണം

മുക്കുറ്റി തുമ്പകൾ പൂത്തുലഞ്ഞു
തെച്ചിയും, ചേമന്തി കാറ്റിലാടി
വേലിച്ചെടികളും പൂത്തുലഞ്ഞു
വേഗത്തിലോടുന്നു കർക്കടകം....
ചിങ്ങം പിറക്കും തുയിലുണർന്നു
പൊന്നും തിരുവോണ ഗന്ധമെത്തി
അത്തക്കളത്തിന്റെ യാരവങ്ങൾ
ദിക്കുകൾക്കപ്പുറം കേൾക്കുകല്ലോ...
കുമ്പിളിൽ പൂക്കൾ പറിച്ചു ബാല്യം
സങ്കടക്കെട്ടുകൾക്കവധി നല്കി
തൊടികളും തേടി നടന്ന കാലം
പകലുപോലോർമ്മയിൽ മിന്നിയാളി...
തൊടികളിൽ കായ്ച്ചും വിളഞ്ഞുമേറെ
പല തരം കായ്കറി പുഞ്ചിരിപ്പൂ...
ഒരു മുറം പച്ചക്കറിക്കു മുന്നേ
വിളയിട്ടു കാക്കുന്നു കേരളീയർ...
മുറ്റങ്ങളൊക്കെയൊരുക്കിടേണം
അത്തം വരുന്നതിൻ മുമ്പു തന്നെ
മത്സരിച്ചത്തക്കളം ചമയ്ക്കാൻ
ദിക്കുകളൊക്കെയൊരുങ്ങിടുന്നു...
സദ്യയ്ക്കു പുന്നെല്ലരിയൊരുക്കാൻ
കറ്റകൾ മുറ്റത്തു കുന്നുകൂടി
വച്ചു വിളമ്പുവാൻ ബന്ധുക്കളും
ദിക്കുകൾ വിട്ടിങ്ങു വന്നുചേർന്നു...
കോടിയെടുക്കുവാൻ കാരണോരും
താഴത്തങ്ങാടിയിൽ പോയിവന്നു
പഥ്യമല്ലെങ്കിലും പുത്തൻമുറകൾക്ക്
കൃത്യമായ് കോടി കൊടുത്തിടേണം.
മുറ്റത്തെ മാവിന്റെ ചാഞ്ഞ കൊമ്പിൽ
കെട്ടുവാനൂഞ്ഞാൽ കയറുമെത്തി
ആടുവാനാളില്ല, യെങ്കിലും കാഴ്ചയ്ക്ക്
നേരായൊരുഞ്ഞാലു കെട്ടിടേണം...
ഓർമ്മകൾ തട്ടിയുണർത്തുവാൻ മാവേലി

പാതാള ഭ്രൂവിൽ നിന്നെത്തിടുമ്പോൾ
ആഘോഷമൊട്ടും കുറയ്ക്കാതെ മന്നനെ
വാരിയണച്ചിടാമോണമായി...
സദ്യയും കൈകൊട്ടിയാട്ടവും, തുമ്പിയും
ഹൃദ്യമായ് കൂട്ടായ്മ മേളമാക്കും...
ഒക്കെ കഴിഞ്ഞു പിരിയുമ്പോളുള്ളിലെ
കൊത്തി വലിപ്പൊട്ടു ബാക്കിയാവും...!
ദിക്കുകൾ താണ്ടി മടക്കം മനസ്സിന്റെ
കെട്ടുകൾ, ബന്ധങ്ങൾ, വേർപാടുകൾ
കാക്കണം വീണ്ടുമൊന്നൊത്തുകൂടാൻ
നാട്ടിലെയോർമ്മയ്ക്കൊരാണ്ടു നീളം...!

നാരദം

പണ്ടേ മറഞ്ഞ കഥ; എങ്കിലും മുനിവരാ
ഇന്നെന്റെ ചുറ്റിലും നീയുണ്ടു സത്യം...!
മണമുണ്ടതിൻ ചൂടു ലഹരിയും നാടിന്റെ
ഹൃദയ വ്യഥയൊപ്പുന്ന ശോക ഗാനം...
കേട്ടും പറഞ്ഞും പഠിച്ച കഥ മേമ്പൊടി
ചേർത്തും പുഴുങ്ങിയും ചൊല്ലുന്ന ശ്രേഷ്ഠത
അങ്ങയെക്കാളു മുയർന്നു നില്ക്കുന്നതിൻ
മുന്നിലും, പിന്നിലുമൗന്നത്യ ഗോപുരം...
എത്ര കുതിച്ചാലു മെത്തില്ലയുന്നതി-
യത്രയ്ക്കു കുള്ളിച്ച രൂപവും ഭാവവും
മീട്ടുവാനറിയില്ല, വീണയ, തങ്ങേയ്ക്ക്
ചേർത്തു പിടിയ്ക്കുവാനാവുന്നു നെഞ്ചിൽ...
നാരദം നാടിന്റെ ശീലമായ് മാറ്റുവാൻ
നീ വിയർക്കുന്നൊരു കാഴ്ചകു കൗതുകം
കൂട്ടം ജനങ്ങളോ കൂടില്ല, ജീവിതം
ജീവിയ്ക്കുവാനവർക്കേറുന്ന ചിന്ത
നീ കണ്ടറിഞ്ഞില്ല, ചുമരിലെയക്ഷരം
വായിക്കുവാൻ നിനക്കായില്ലയിന്നും...
ഉപ്പുകൂട്ടാതെ വിഴുങ്ങുന്ന കൗശലം
ഉറ്റവർ പോലും പൊറുക്കാതെ വന്നതും
മച്ചകം നോക്കി മലർന്നു കിടന്ന നിൻ
ദൃഷ്ടിയിൽ കണ്ടില്ല, നേർരേഖ മാഞ്ഞതോ...?
ശാപം കരിനാഗരൂപത്തിലെത്തി നിൻ
ഭാവിയ്ക്കു മുന്നിൽ കറുപ്പിന്റെ നാളം
ആളാതെ കാറ്റത്തു പൊലിയുവാനായുന്നു
നീയതിൻ മുന്നിൽ നിസ്സംഗനായ് നിഷ്ക്രിയം...!
നാരദം പണ്ടേ കഴിച്ചിട്ട വ്യാധികൾ
നീ പുറത്തെത്തിച്ച സംതൃപ്തനാകുന്നു
നീളുന്ന നിഴൽപോലുമില്ലാതെ നാളെയിൽ
നീയൊറ്റ ശിലയായി മാറുമതു സത്യം...!

സ്വാതിതിരുനാൾ

വഞ്ചീശ ഭൂപതിയാകിലും ഞങ്ങൾക്ക്
സംഗീത കുലപതിയായിരുന്നു
മന്ത്രങ്ങൾ പോലെ മനസ്സിൽ തുളഞ്ഞേറി
ദുന്ദുഭിത്താളമായ് നില്പൂ ...
വന്ദിച്ചിടട്ടെ തൃപ്പാദങ്ങൾ പൂവിട്ട്
മിന്നിത്തെളിയുന്നൊരോർമ്മകളാൽ
സ്വച്ഛന്ദ ഭൂവിൽ നിന്നിന്നങ്ങു കേൾക്കുന്ന
ശുദ്ധ സംഗീതത്തിന്നർച്ചനകൾ
എന്നു മുണ്ടാകുമീലോകാന്ത്യ നാൾവരെ
നിന്നെ സ്മരിക്കാതിരിക്കുകില്ല...
ബുദ്ധിതൻ കൂർമ്മതയിന്നും നഭസ്സിനെ
തൊട്ടു തലോട്ടുന്നനേകമാം ചിന്തകൾ
ഒക്കെയും ലോകോത്തരങ്ങളാണായവ
ദൃഷ്ടിക്കു സ്നേഹം പകർന്നു നില്പൂ...
എത്ര യുഗങ്ങൾ നടന്നു കേറീടിലും
ചിത്ര മനോഹര ചാരുവാം കാഴ്ചകൾ
ഒട്ടിപ്പിടിക്കയാണിന്നും മഹോന്നത
സൃഷ്ടികളായവ ഏത്തിന്റെ പാളിയിൽ...
ധന്യതേ സംഗീത ധാരയും ചിന്തയും
ഒന്നു പോൽ മേളിച്ച വൈഭവം കാണുകിൽ
ഇന്നും കൊതിയ്ക്കുന്നു സൗഹൃദം; നേതൃത്വ-
മെന്നെ നയിക്കുവാനെത്തു വീണ്ടും....
താരാട്ടു പോലാത്മ ഹർഷങ്ങളാവട്ടെ
നാളെയും നിൻഗാന വീചിയീ ഭൂമിയിൽ ...

(2020-ലെ ശ്രീ സ്വാതിതിരുനാൾ സാഹിത്യ പുരസ്കാരം സ്വീകരിച്ചുകൊണ്ട് ആലപിച്ചത്)

വീണ്ടുംവിഷു

പൂത്തും ചിരിച്ചും കണിക്കൊന്ന മുന്നിൽ
നീട്ടുന്നു, കൈനീട്ട, മെത്തി വിഷു വീണ്ടും
നാട്ടിൻപുറം വിളഞ്ഞുണരുന്ന നന്മകൾ
ചേർത്തു വച്ചീ വിഷു കണികണ്ടിടാം...
മാടി വിളിയ്ക്കുന്നു കണിവെള്ളരിപ്പാട-
മാരിലും സംതൃപ്തി പൂത്തിരിപ്പുഞ്ചിരി
നട്ടും നനച്ചും വളർത്തിയ വിഭവങ്ങ-
ളൊക്കെയും കൊയ്യുവാൻ കാലമായി...
പതിവിലും മേലെയാണിക്കുറി വിളവുക-
ളവയിലും തൃപ്തി തൻ ളു വെളിച്ചം
കണികണ്ടുണരുവാൻ കാലെവിരുന്നെത്തി-
മരതകക്കിങ്ങിണി മാല്യവുമായ്
പാടാൻ വിഷുപ്പക്ഷിയെത്തി, കരിയോട്ടാൻ
കാരണോർ പാടവരമ്പിലെത്തി
പുതുമഴ പുളകങ്ങൾ വിരിയിച്ച മണ്ണിനെ
ചെറുതായിളക്കണം നന്മ പൂക്കാൻ
ഓട്ടുരുളി, പൊന്നും, കസവുകൾ,കണ്ണനും
നീട്ടുന്ന നെയ്ത്തിരി കത്തും തിളക്കവും
കാർഷിക സംസ്കൃതി കതിരിട്ടു, കുട്ടികൾ
നീട്ടുന്ന കൈകളിൽ പൊൻനാണയം
അരയാൽ കിലുക്കങ്ങളാൽത്തറ, ചെണ്ടയും
കതിനയും മത്സരിച്ചുണരുന്ന പുലരിയിൽ
കരിവേല, വിഷു വേല കുമ്മാട്ടിയാർപ്പുകൾ
വഴിവാണിഭത്തിന്റെ ചൂരു ചെത്തം...
ആരവാഘോഷങ്ങളുണരുന്ന വിഷുവിന്റെ
നേരായ ധർമ്മം തിരിച്ചറിഞ്ഞെത്രപേർ
പങ്കുപറ്റുന്നെന്ന ചോദ്യം മുഴങ്ങുന്ന-
തെന്തെന്നറിയുവാൻ പൂക്കട്ടെ കൗതുകം...

രണ്ടാമൻ

കേവലം മൊട്ടാണ ബാല്യം വെടിഞ്ഞില്ല
ക്രൂരത നുള്ളിക്കശക്കി മണ്ണിൽ
രണ്ടാമനാണ നീ ഓർമ്മയുടെ ചെപ്പക-
ളെന്തിനായ് വീണ്ടും തുറന്നു വയ്ക്കും...
മിഴിതുറന്നൊക്കെയും കാണുവാനായുന്ന
പ്രകൃതിയും നിന്നെ വെറുത്തു വെന്നോ...
കപട സൗഹാർദ്ദം കുടഞ്ഞിട്ട വീഥിയി-
ലപകടം വെള്ളിടി മിന്നലായി...
മാനവ സ്നേഹം പറഞ്ഞും പഠിച്ചും
നീ വളർന്നുന്നതനാകുമെന്ന
ധാരണ സ്വപ്നങ്ങളൊക്കെ കരിഞ്ഞുള്ള
കേവല മൊട്ടുകളായിരുന്നോ...?
ഹത്യയിൽ, വംശം മുടിയ്ക്കുന്ന സിദ്ധാന്ത
ബുദ്ധിയിൽ പൂക്കുന്ന വൈകൃതങ്ങൾ
കെട്ടിയൊരുങ്ങിയിറങ്ങുന്ന ഭൂമിക
ദൃഷ്ടിയിൽ നിറയുന്ന സത്വമായി...
നീളെ നിരക്കുന്നു രാവിന്റെ ഭൂപാള
രാഗങ്ങൾ, പന്തങ്ങൾ കാവലാളാകുന്നു...
വെട്ടി നിരത്തുന്നു മാനവത്വത്തിന്റെ
ഹൃത്തിൽ തുളയും കൊലക്കത്തികൾ
മുഷ്ടിചുരുട്ടിപ്പിടിച്ചു നടക്കുന്ന
ദൃശ്യങ്ങളിന്നാട്ടു പോറ്റുകില്ല...
വെട്ടിയരിഞ്ഞു തുലച്ചല്ല ഞങ്ങടെ
ശിക്ഷ; യതക്ഷരം കൊണ്ടു തീർക്കും
നീയുണ്ടുറങ്ങാത്ത ഭൂമിക, നാളെയിൽ
ഈ മണ്ണിലന്യം മുടിഞ്ഞു പോകും...
വാക്കുകളസ്ത്രങ്ങളാകുന്ന സത്യം
വാക്കിൻ പൊരുൾ പന്തമാകുന്ന കാഴ്ച
നേർക്കില്ല, നേരിടാനാവാതെ നീ
പൂജ്യസ്ഥനാകുന്ന നാളടുക്കും...!

തിരുമാംഗല്യം

കൊട്ടുമേളം തകർത്തേറുന്നു കാണിക-
ളൊട്ടു പേർ കുശങ്ങളാ
കാംക്ഷ, പുഞ്ചിരി
മണ്ഡപം ചുറ്റി വലം വച്ചു ബാലികാ
വൃന്ദങ്ങൾ താലം പൊലിയ്ക്കുന്ന കാഴ്ച...
വധു നീയൊരുങ്ങി കുണുങ്ങാതെമുന്നിലെ
നിലവിളിക്കിൽ പൂക്കളിട്ടു വന്ദിക്കുന്നു
ഒക്കെയും യാന്ത്രികമെങ്കിലും മംഗല്യ-
മെത്തും മുഹൂർത്തത്തിനെന്തു നീളം...!
(എന്നോ കഴിഞ്ഞ താണീ വേള) ഇന്നത്
ഭംഗിയിൽ തന്നെ നടിക്കണം നാട്ടുകാർ
വന്നെത്തി നില്ക്കുന്നു ബന്ധുക്കൾ, കാണികൾ
മിന്നിമറയുന്ന ക്യാമറക്കണ്ണുകൾ...
ഒപ്പിയെടുക്കുന്ന ചിത്രങ്ങൾ, മുറ്റുന്ന
വിസ്മയം കെട്ടിൻ മുഹൂർത്ത മടുക്കുന്നു
വച്ചു നീട്ടുന്നു പിതാവിൻ വിറകരം
കെട്ടണം താലി ചടങ്ങിന്റെ ഭാഗമായ്
നാട്ടു ബോധ്യത്തിനായെങ്കിലു മിത്തിരി
നാണം നടിച്ചു നടന്നെങ്കിലെന്നു ഞാ-
നോർക്കാതിരുന്നില്ല, കാണികളങ്ങനെ-
യാർക്കാകിലും തോന്നുമക്കാഴ്ച കാൺകിൽ...
നാട്യ പ്രധാനം ചടങ്ങുകളൊക്കെയും
തീർക്കുന്നു, സദ്യമണക്കുന്ന വേള
ഊണിന്റെ യൂഴം, തിരക്കും, ചിലമ്പിച്ച
മേളം നിലയ്ക്കുന്നു സർവ്വാംഗമംഗളം...
ചാരത്തൊരു മുഖം മാത്രമസ്വസ്ഥമാ-
യേവരും കാണുന്ന മട്ടിൽ വശത്തായി
ഭാവഭേദങ്ങളൊട്ടില്ലാതെ നിശ്ചലം
ഏതോ വിപത്തുപോൽ നില്ക്കുന്ന കാഴ്ച...!
ഏച്ചു കൂട്ടുന്നൊരു ബന്ധങ്ങളൊക്കെയു-
മോർത്താലിതുപോലെയായിടാം, ഭാവിയിൽ
നേരായമാർഗ്ഗം വെടിഞ്ഞചകോരങ്ങ-
ളോരോ വഴിക്കായ് പറന്നു നീങ്ങും...

കർത്തവ്യ ബോധം, തുരുമ്പിച്ച വൃദ്ധരാം
രക്ഷകർത്താക്കൾ തന്നാധിയും വ്യാധിയും
ദൃഷ്ടിയിൽ കാണാതെ മക്കൾ പലവഴി-
യെത്തി നശിക്കുന്ന ചിത്രം ഭയാനകം....!
ധന്യമുഹൂർത്തമാണെങ്കിലും കാഴ്ചയിൽ
മങ്ങലും, പന്തികേടാകുന്ന ചിത്രവും
ചോദിച്ചുവാങ്ങും ദുരന്തം തുടങ്ങുന്ന
നാളിന്റെ നാന്ദിയോ? കണ്ടുതാൻ തീരണം...

ആക്രാന്തം

കുതിച്ചു ചാടുന്ന കടിച്ചെടുക്കുവാൻ
പഴുത്തതാണെന്ന മനസ്സിൻ വിഭ്രാന്തി
തിരിച്ചിറങ്ങുവാൻ കഴിയാതങ്ങിനെ-
യിടിച്ചു വീണതിൻ പരുക്കിൻ വേദന...
മിഴിക്കോണിൽ കോറി മുറിഞ്ഞ നൊമ്പരം
തരിച്ചു കേറുമ്പോൾ സഹിച്ചൊടുങ്ങുന്ന
മുഴുത്ത നാവിന്റെ മുനയിൽ ചാട്ടുളി
തറച്ച സൗഹൃദം വിടർന്നു മാറുന്ന
പഴുത്തില കാറ്റിൽ കൊഴിഞ്ഞു കാണുമ്പോൾ
പതുക്കെ വച്ചടി പതുങ്ങിക്കൂടുന്ന
ഒളിച്ചു വയ്ക്കുവാൻ മണൽത്തരികളെ
കുഴിച്ചു മാന്തുന്ന വിരുതിൻ വൈകൃതം...
മറഞ്ഞിരിക്കുവാൻ മനസ്സിൻ കോണിലെ
അഴുക്കിൻ കുമ്പാരം സമൃദ്ധമങ്ങനെ
നിനക്കുമാത്രമായ് കുഴിയൊരുക്കുക
വഴുക്കലുണ്ടതിൽ പിടിക്കാനാവില്ല
കലക്കവെള്ളത്തിൽ കരികലക്കുക
കടക്കണ്ണിൻ തുള്ളിയതിൽ ലയിപ്പിയ്ക്ക
വിധിച്ച സമ്പാദ്യം പകുത്തെടുക്കുവാൻ
മടിയ്ക്കാതെത്തുക, മറവിവേണ്ടല്ലോ...
കുളക്കരെ കായ്ച്ചു വിളഞ്ഞ കായ്ക്കളിൽ
വിഷക്കായേതെന്നു തിരിച്ചറിയുവാൻ
നിനക്കാവില്ലെന്ന നിറഞ്ഞ സത്യം ഞാ-
ട്ടുത്ത മാത്രയിൽ വിളിച്ചു കൂവിടും...!
വളർന്ന നീയൊന്നും, വളർത്തുന്നില്ലതിൻ
പൊരുൾ ഞാനിന്നല്ലോ കുറിച്ചു വയ്ക്കുന്നു
തലകീഴാക്കുന്നു ശപിച്ച ജന്മങ്ങൾ
തലയ്ക്കു മാത്രമായ് പ്രസക്തിയേറുന്നു...
കൊഴിഞ്ഞു കാണുന്ന കതിർമണിയതിൻ
നിറഞ്ഞ പുഞ്ചിരി ചെളിയിൽ മുങ്ങുന്ന
വിളിപ്പാടപ്പുറമൊരുക്കിക്കാണുന്ന
ബലിത്തറ നിനക്കറിയാമെങ്കിലും
നയിച്ചുപോരുന്ന ബലിമൃഗങ്ങളെ

കരുതിവയ്ക്കുക സമയമെത്തിടും...
വിധിച്ച ചാർത്തുമായ് വരുന്നൊരാളിനെ
കിതപ്പാറും മുമ്പ് പിടിച്ചിരുത്തണം
ഒരുക്കം കാണുമ്പോൾ നടുക്കം മാറുവാ-
നടത്തു തന്നെ നീ നിലയുറപ്പിക്ക...!

വിദ്യ

അക്ഷരം പൂക്കുന്ന കായ്ക്കുന്ന വന്മരം
കുട്ടികളങ്ങനെയാകുവാൻ നാട്ടിലെ
വിദ്യാലയം, പൊതു വിദ്യാലയങ്ങളി-
ലെത്തിച്ച ധന്യരായ് തീരുന്നു നമ്മളും
ഇന്നലെ കണ്ടൊരാ മങ്ങിയ ചിത്രങ്ങ-
ളെല്ലാം മറഞ്ഞിന്നു സമ്പൂർണ്ണ വിപ്ലവം
കെട്ടിലും, മട്ടിലും ലോകോത്തരങ്ങളായ്
നില്ക്കുന്നു നാട്ടിൽ കലാലയ സൗഭഗം...
അക്ഷര വ്യാപാര മോഹികളിന്നലെ
വിദ്യയും വാണിഭ വസ്തുവായ് മാറ്റിയും
മൊട്ടു വിരിഞ്ഞു വരുന്ന ബാല്യങ്ങളെ
കെട്ടിയൊരുക്കി വിപണനം ചെയ്ത നാ-
ളൊക്കെയകന്നിന്നു സംശുദ്ധമായതി-
ന്നിഛയും, കർമ്മവും വായ്ക്കുന്ന കാലമായ്...
അക്ഷരാഭ്യാസങ്ങളഭ്യാസമായ് മാറ്റി
ഉസ്തിയും ഗോദയും കൺകെട്ടു വിദ്യയും
പൊട്ടി മുളച്ചു വളർന്നൊരീ നാടിന്റെ
സദ്ഗതിയിന്നെത്ര മേന്മയും നന്മയും....!
നന്മകൾ പൂത്തു വിളയുന്ന കൺകളി-
ലുണ്മ തൻ വെട്ടം തിളങ്ങുന്ന കാണ്മു
എത്രയുമുന്നത ശ്രേണിയിലിക്കൊച്ചു
പൃഥ്വി പ്രദേശം പുകൾ പെറ്റു നില്പൂ...
വിദ്യാലയങ്ങൾ തൻ ഭംഗിയിൽ കണ്ണഞ്ചി
നില്ക്കും ജനതയ്ക്കു സായൂജ്യമേളനം...
വാക്കാണു വാക്കിൻ പൊരുളാണു നാട്ടിലെ
കോട്ടകൾ, മൺ കോട്ടയൊക്കെ തകർന്നതും
വാക്കു പാലിക്കുന്ന ശീലങ്ങൾ പുത്തനായ്
നാട്ടിൽ പുലരുന്നു നന്മയും വെണ്മയും....!
ഒന്ന;ല്ല, നേകങ്ങളുണ്ടതു, ചൂണ്ടുവാ-
നിന്നലെ ചൊന്നവ, യിന്നുയാഥാർത്ഥ്യമായ്
എണ്ണിപ്പെറുക്കിയെടുക്കുന്നു നാട്ടുകാ-
രിന്നത്തെ സത്യവും ചൂട്ടും വെളിച്ചവും...

സോദരേ നന്മകൾ നാളെയും പൂക്കുവാ-
നീമരം വീഴാതെ കാക്കുവാനാവണം
ദൂരത്തൊരാരവം കേൾക്കുന്നു പണ്ടത്തെ-
യാധിയും വ്യാധിയും ചിറകടിച്ചുണരുമോ...?
ഒന്നായി നിന്നു ചെറുക്കാം നമുക്കത്
മണ്ണിനും മക്കൾക്കുമായിട്ടുനാളെയിൽ...

ഭാരം

നീയെന്ന ഭാരം ചുമന്നേ തളർന്നു
നീയെന്ന ദു:ഖം കുടിച്ചേ മടുത്തു
നീയെന്ന നോവുണ്ടു കത്തുന്നു വീണ്ടും
നീറുന്ന നിന്നോർമ്മ, രാവിന്റെ ശില്പം
ഓർക്കുന്നോരോണം വിരിഞ്ഞ പുലർവേള
നീട്ടി നീ കുമ്പിളിൽ പൂക്കളായ് സ്നേഹം
ആർത്തിയില്ലെങ്കിലും തൊട്ടു വിരൽ കൊണ്ട്
വാക്കുകൾ പൂക്കാതെ മിഴികൾ പറഞ്ഞു കഥ...
പൂനിലാപ്പുഞ്ചേല ചുറ്റിപ്പനിമതി
പൂവിട്ടു താരക, ളാകാശ ഗോപുരം
മുട്ടിത്തുറന്നാന പൊൻ തിടമ്പേറ്റവാ-
നെത്തിയോരന്തിയോ ചോന്നും തുടുത്തു...
തിറപൂതനാടിത്തിമർക്കുന്ന നട്ടുച്ച
കതിനകൾ പൊട്ടുന്നു ചെണ്ടത്തിളപ്പുകൾ
വള വാണിഭത്തിന്റെ ചാരത്തു നിൻനിഴ-
ലറിയാതളന്നതിൻ കൂലി ഞാൻ തിന്നുന്നു...
മകരം മുറിയ്ക്കുന്ന കതിരുകൾ തത്തകൾ
വരവായ് വരമ്പിൽ മുളച്ചൊരാപ്രണയം
ഇളവേറ്റു നിഴൽ നോക്കി നിന്നതിൻ പിന്നിലെ
നിഴൽ കണ്ടു നോക്കിയ കൂലി ഞാൻ തിന്നുന്നു...
കരിവണ്ടി, കാവിലേയ്ക്കുള്ള വഴി; കൂട്ടമ്മ
പലകഥകൾ, പൊടിപാറി, ചെറുമക്കളിപ്പൂര
ലഹരിക്കുമേലെ നിൻ മണലഹരിയേറ്റതിൻ
വിഹിതമായ് കിട്ടുന്ന കൂലി ഞാൻ തിന്നുന്നു...
നിന്നഹങ്കാരവും ഗർവ്വും കുഴഞ്ഞുള്ള
മണ്ണെന്റെ കഞ്ഞിമുടക്കുന്നു, പട്ടിണി
നിന്നജ്ഞ വൈകൃതം പൂക്കുന്ന ദുർമണ-
മിന്നെന്റെ ശ്വാസം തടയുന്നു നിത്യം....
നീറുന്ന യൗവ്വനച്ചിന്തകളിന്നെന്റെ
ജീവിതം ഹോമാഗ്നിയാളുന്നു മുന്നിലെ
പാതയിലിരുളിന്റെ താണ്ഡവം, നാളത്തെ
ഭാവിയുമിരുൾ തിന്നു തീരുന്നതാവുമോ...?

ഹോമിയ്ക്കുവാനെനിയ്ക്കാവില്ല, യക്ഷരം
ജീവിച്ചു തീർക്കണം, കാവ്യങ്ങളൊത്തിരി
കോറുവാൻ ബാക്കി, യതുവരേയ്ക്കെങ്കിലും
നീളണം; നീളാതെ പറ്റില്ല, സത്യം...!

ഒരു ചേലയുടെ കഥ

കേവലം ചേലയഴിച്ചതിൻ കാരണം
ഭാരതയുദ്ധം നടത്തി നമ്മൾ
ഇന്നുമതിൻ പുണ്ണുണങ്ങാതെയുള്ളിലെ
കണ്ണിൽ നിന്നിറ്റുന്നു ചോരയു, മീർഷ്യയും...
അഞ്ചു പേരാവഴി പോയിട്ടു തോന്നാത്ത
സങ്കടം പാഞ്ചാലി നെയ്തെടുത്തു
ഉണ്ണാതുറങ്ങാതെ മാത്രമല്ലായമ്മ-
എണ്ണ തേച്ചില്ല, കുളിച്ചുമില്ല
ഏറെനാളോരോ കഥകൾ പെരുപ്പിച്ച
ധീരരാമഞ്ചുപേർ വട്ടം കറങ്ങിയും
കെട്ടുബന്ധങ്ങൾ ശിഥിലമായ് ജ്ജീവിതം
കെട്ടകാലം വന്നു മൂട്ടും യുഗങ്ങളായ്...
ശക്തരാണെതിരാളി വർഗ്ഗം,പെരുത്തുണ്ടു
ബുദ്ധിയില്ലെങ്കിലും ശക്തിക്കു കുറവില്ല
വർഗ്ഗവൈരം മൂത്തു ഭ്രാന്തിന്റെ വക്കിലാ-
ണൊക്കെയറിയുന്നൊരുത്തനുണ്ടപ്പുറം
കള്ളക്കടക്കണ്ണു കൊണ്ടവനുള്ളിലെ
കള്ളത്തരങ്ങളെ മൂടുവാൻ കേമനും...
അഞ്ചു പേരുള്ളും നടുങ്ങിയു മേറെനാൾ
മിണ്ടാതെ ചിന്തിച്ചു കാടുകേറുമ്പൊഴും
സ്വന്തം തലമുടിച്ചാർത്തിൽ മിഴിനട്ടു
സന്താപ ചിത്തയായ് വാഴുന്നു പാഞ്ചാലി...
ചൂതിനും വാതിനും പോയി മുടിഞ്ഞവർ
ജീവിതം പിഞ്ഞി മുറിയുന്നതറിയാതെ
കേമത്തമായി പണയപ്പെടുത്തിയ
കാരണം കദനങ്ങൾ പൂക്കാൻ തുടങ്ങുന്നു...
മാനാഭിമാനം വ്രണപ്പെടാനാവാതെ
പാടേമറന്നുപോയ് സ്വന്തവും, ബന്ധവും....
മുജ്ജെന്മ പാപങ്ങൾ ബന്ധുവായ് ശത്രുത

കെട്ടിയുയർത്തുവാൻ കോപ്പ കൂട്ടുമ്പോഴും
നക്ഷത്ര ജാലത്തിളക്കങ്ങൾ കണ്ണിനെ
കെട്ടി മറച്ചതിൻ കാരണമെന്തഹോ...?
യുദ്ധത്തിലേയ്ക്ക് നയിച്ച പ്രതികാര
ശക്തിക്കു മുമ്പിൽ വിവേകം കുഴിച്ചിട്ടു...
ബുദ്ധിയും യുക്തിയും മേളിച്ച ചെയ്യേണ്ട
വൃത്തികൾക്കന്നം പിഴയ്ക്കുന്ന കാഴ്ചകൾ
കെട്ട ജന്മത്തോടു മല്ലിട്ടുനേടുവാ-
നിഷ്ടം പെരുത്തതു മണ്ടത്തരങ്ങളായ്...
വാശിക്കു നാശം പെരുക്കും ദുരന്തങ്ങ-
ളാർപ്പും വിളിയുമായെത്തുന്ന നാളുകൾ
കണ്ടറിഞ്ഞോതുവാനായില്ല,തേരാളി
പണ്ടത്തെ മൗനവും ചിരിയും തുടരുന്നു...
യുദ്ധം ജയിച്ചെന്ന കള്ളക്കഥയുമായ്
പിറ്റേന്നു സൂര്യൻ കിഴക്കുദിച്ചു
രക്തപ്പുഴയിൽ പതിച്ച കിരണങ്ങൾ
ദിക്കുകൾ ചോപ്പിച്ചു പൊന്തിവന്നു...
ഉറ്റവർ ബന്ധുക്കളൊക്കെ,കബന്ധങ്ങൾ
കെട്ടിപ്പിടിച്ചു കിടക്കുന്ന കാഴ്ചകൾ
ശബ്ദമില്ലാത്ത കൊടുങ്കാറ്റു പോലവ
പ്രജ്ഞ നശിക്കുന്ന ദൃശ്യങ്ങളായ്
കെട്ടി, മുടിയവൾ, രാജ്യവും ചെങ്കോലു-
മൊക്കെ ലഭിക്കിലും ഐശ്വര്യം ലഭിച്ചുവോ...?

മുടിയൻ

ഒരുവൻ മുടിയൻ മുടിയാൻ നേരം
പിറവിയെടുത്തു പ്രഭാതമുലഞ്ഞു
കുട്ടിയുരുമ്മിയ മേഘച്ചീളുക-
ളാർത്തിയെരിഞ്ഞു പതിയ്ക്കുന്നു...
പാരാവാരം തീ ജ്ജ്വാലകളായ്
ഭൂമിയെ നോക്കിയടുക്കുന്നു
കരിമണമെങ്ങും മണലുകൾ കത്തി
പുകയും ചൂരും ഭൂമി മറഞ്ഞു...
മുടിയനിറങ്ങിയ വഴികളിലൊക്കെ
കനലിൻ പുഞ്ചിരി പൂക്കുന്നു
ഇഴ ജന്തുക്കൾ പ്രാണികളെന്നിവ
കരിയായ് മണ്ണിലൊടുങ്ങുന്നു...
കാടുകരിഞ്ഞ മണത്തിൻ മേലെ
കാനന ഭംഗിയുമുരുകുന്നു
പച്ചയിറച്ചി കരിഞ്ഞ മണത്തിൻ
മത്തും മതിയും പൊങ്ങുന്നു...
മുടിയനിറങ്ങിയ പാടവരമ്പിൽ
മുട്ടികിളിച്ചു മദിക്കുന്നു
കതിരിൻ കരിനിറമേശിയ കരളിൽ
കദന മുറഞ്ഞുയിർ ചാഞ്ചാട്ടം...
ചിറകു കരിഞ്ഞോരിളവെയിൽ മെല്ലെ
ചിറകുകൾ തേടിപ്പോകുന്നു
മുടിയൻ ചിന്ത തിളച്ചു മറിഞ്ഞവ
തീരം തേടിയൊടുങ്ങുന്നു...
പൂത്ത സുഗന്ധം നീർത്തിയ വാടിക-
ളാർത്തും, പേർത്തും, വിലപിപ്പൂ
പൂവും, പൂമ്പൊടി, തേനും, തളിരും
തീയാട്ടത്തിലൊടുങ്ങുന്നു...
മുടിയനിറങ്ങിയ രാജപഥങ്ങൾ
തെരുവുക, ളിടവഴി വീഥികൾ, ഹർമ്യം
ജനപഥമെല്ലാം കത്തിയമർന്നത്
കാണാനാളില്ലെന്നായി...
മുടിയൻ കേറിയ പടവുകൾ, മുറ്റം

കോട്ടയകത്തള, മറയും, മുറിയും
അന്തഃപുരവും, തളവു, മരങ്ങും
ചെന്തീക്കനലിലെരിഞ്ഞമരുന്നു..
നീട്ടിയ കൈയിൽ ചുറ്റിയ കുരലുകൾ
വീശിയെറിഞ്ഞവ കത്തിയമർന്നും
കൊത്തിയൊരുക്കിയ സിംഹാസനവും
മച്ചും ഗോപുരമെല്ലാം കത്തി....
അങ്ങനെ മുടിയൻ നില്പാണവിടെ
ചെന്നു തളയ്ക്കുക തേര്രുരുളട്ടെ

അർജ്ജുനവിലാപം

അച്യുതൻ മുന്നിലെണ്ടെന്നു കരുതി നീ
അർജ്ജുനാ യുദ്ധം തുടങ്ങേണ്ട ചിന്തിക്ക കൃഷ്ണ വർണ്ണം
നോക്ക
കാർനിറമാണതിൻ
ബുദ്ധിയുമങ്ങനെയാവാമറിയുക..!
മുന്നിൽ നിരക്കുന്ന ശത്രുസൈന്യത്തിന്റെ
കണ്ണിൽ മുഖങ്ങളിൽ സൂക്ഷിച്ചു നോക്കുക
നിൻ മുഖംപോലങ്ങു കാണുമതുകളെ
കൊന്നാലൊടുങ്ങുമോ കത്തുന്നൊരാപ്പക...
ചോരയ്ക്കു ചോര അറിയുവാനാവണം
ചോദിച്ചുവാങ്ങണ്ടയിക്കൊട്ടും പാപങ്ങൾ..
മൃത്യുപറക്കുന്ന കാറ്റായ് കഴുകായി
ചുറ്റിലും നീയൊന്നു കണ്ണയച്ചീടുക
എത്തുമതുനിന്റെ മുന്നിലും കണ്ണിലു-
മത്ഭുതം കുറാതെയിത്തിരി ചിന്തിയ്ക്കു...
തേരാളി പോരാളിയാവില്ല, നീ തന്നെ
നേരിട്ടു യുദ്ധം നടത്തിയൊടുങ്ങണം
ഭ്രാതാകളപ്പുറം ഭ്രാന്തു പിടിച്ചവർ
പാരിന്നു ഭാരമായ് ശാപമായ് മാറിയോർ...
കാലാളു, മാനയും കണ്ടോ നിനക്കത്
ഭേദിച്ചു കേറുവാനാവുമോ ഒറ്റയ്ക്ക്
മൃത്യു ജയിക്കാൻ കഴിയുന്ന ഭീഷ്മരും
നില്ക്കുന്നു മുന്നിൽ നീ, ആയുധം കാണുക...
അഞ്ചു പേർ നിങ്ങൾ അവരെത്ര നൂറുപേ-
രഞ്ചിലും വലുതേത് ചിന്തിച്ചറിയുക
തേരാളിമാത്രം നിനക്കു, മാ സൈന്യങ്ങ-
ളാകെയവർക്കു കൊടുത്തതിൻ തത്വങ്ങ-
ളേതു ശാസ്ത്രത്തിനാൽ ബന്ധിച്ചു നോക്കിലും
പോരായ്മയാണെന്നു തോന്നുന്നു ഫൽഗുനാ...
കൃഷ്ണ വർണ്ണം നോക്ക കാർ നിറമാണതിൻ

ബുദ്ധിയുമങ്ങനെയാണെന്നറിയുക..!
കത്തുന്ന രോഷാഗ്നി ദുര്യോധനാദിക-
ളൊക്കെയുമാഹ്ളാദ പൂരിതരാണതിൽ
സൃഷ്ടി വൈരുദ്ധ്യം നിഴലിച്ച കാണുന്ന-
തിപ്പൊഴും നീയെന്തറിയാത്തു ഫൽഗുനാ...
ബുദ്ധിമോശം നിന്റെ കൂട്ടരിൽ കണ്ടതും
ശത്രു ഭാവത്തിന്നു കാരണം പെണ്ണെന്ന
സത്യമിതേവരെയോർക്കാതെ വാലിന്റെ
അഗ്രവും കത്തിച്ച ചാടിപ്പുറപ്പെട്ടു...!
പെട്ട ദുരന്തങ്ങൾ തേടിയെടുത്തതാ-
ണൊക്കെയുമിങ്ങനെ വന്നു ഭവിച്ചതും
മുൻ വിചാരത്തിന്റെ പോരായ്മയുള്ളിലെ
ചിന്തകൾ ശിഥിലമായ് മാറിക്കഴിഞ്ഞതും
വാമവും ദക്ഷിണ പക്ഷത്തു നില്ക്കേണ്ട
സോദരരപ്പുറം പോർവിളിക്കുട്ടുന്നു
നാളെ തൊടുക്കുന്നൊരസ്ത്രങ്ങളൊക്കെയു-
മാരിൽ തറയ്ക്കുമെന്നോർമ്മിക്ക ഫൽഗുനാ...
അച്യുതൻ തേരാളിയാണെന്നു കരുതി നീ
അർജ്ജുനാ യുദ്ധം തുടങ്ങേണ്ട ചിന്തിക്കു
മൃത്യുപറക്കുന്നു കാറ്റായ് കഴുകായി
എത്തുമതു നിന്റെ മുന്നിലും ഫൽഗുനാ...
തന്ത്രങ്ങളുണ്ടതു നിന്നിലൊതുങ്ങില്ല
സങ്കടം കൊണ്ടേ തപിക്കാതിരിക്കുക
യുദ്ധം ചെറുതല്ല, ശത്രുവുമങ്ങനെ
ചുറ്റിപ്പിടിച്ച കുഴങ്ങേണ്ട ഫൽഗുന...
ചൂതാടിയേറ്റൊരാതോൽവിയും പെണ്ണിന്റെ
നീർ മിഴി കത്തിപ്പടർന്നതും ശാപവും
തോരാതൊഴുകിയ കണ്ണ്നീർച്ചാലിന്റെ
ചാരത്തൊഴുക്കിൽ കുടുങ്ങിയ ജന്മങ്ങൾ...
യുദ്ധത്തിലേക്കു ചെന്നെത്തുമെന്നുള്ളതു-
മൊട്ടുമേയോർക്കാതെ ജീവിച്ച കാലവും
കല്പിച്ച തള്ളിയാലെന്തുണ്ടു നേട്ടങ്ങ-

ളെന്തിനും മീതെ വിപത്തിന്റെ തീക്കളി
കണ്ടറിഞ്ഞില്ലതിൻ വ്യാപ്തി നടുങ്ങുന്ന
സിന്ദൂരമലിയുന്ന സന്ധ്യയും മങ്ങുന്നു...
'വില്ലാളി വീരനാണെങ്കിലുമുള്ളിലെ
ചിന്തകൾ ശിഥിലങ്ങളാകുന്ന വേളയിൽ
ഇക്കർമ്മമെന്നിലേക്കെത്തുവാൻ കാരണ-
മിപ്പൊഴും പക്ഷങ്ങൾ രണ്ടായി നില്ക്കുന്നു...
മാർജ്ജാര മാർഗ്ഗം പഠിച്ചില്ല, വിദ്യക-
ളോർത്തിട്ടു കൗശലം കാണാനുമായില്ല
ബന്ധുക്കൾ ശത്രുക്കളാകുന്ന വൈകൃതം
കണ്ടറിഞ്ഞോതാതെ ചങ്ങാതി നിന്നതും
കണ്ണിറുക്കത്തിന്റെ സാരം പരം പൊരു-
ളൊന്നാകെ മങ്ങുന്ന കാഴ്ചയായ് മാറുന്നു...
കാച്ചിക്കുറുക്കിയ സത്യധർമ്മങ്ങളാൽ
കാത്തു സംരക്ഷിച്ച സംഹിതയൊക്കെയും
ഇന്നീരണാങ്കണ ഹോമകുണ്ഡങ്ങളിൽ
നിന്ന നിലയിൽ ഞാനില്ലാതെയാകുമോ...
വേണ്ടായിരുന്നെന്ന ചിന്ത കനക്കുന്നു
വേണ്ടെന്നു ചൊല്ലുവാനാരെയും കണ്ടില്ല...
അച്യുതൻ തേരാളിമാത്രമോ? സൗഹൃദം
രക്ഷക രൂപത്തിലെത്തുമോ? പോരാടി
നില്ക്കാൻ കരുത്തേകി മുന്നിലുണ്ടെന്നതു
മിഥ്യയോ സത്യമോ സ്ഥലകാല വിഭ്രമം...!
കൃഷ്ണവർണ്ണം രണ്ടു രൂപത്തിലുണ്ടെന്ന
സത്യം തിരിച്ചറിഞ്ഞെങ്ങനെ നേരിടും...!
ഏഴഴകുണ്ടോ കറുപ്പിന്നു, സാധ്യത-
തീരെയില്ലെന്നു പറയാനുമാവില്ല...
രണ്ടു സാരങ്ങളും മേളിച്ച ജീവിതം
കൊണ്ടേ മടങ്ങുകെന്നാരറിയുന്നിഹ...!
ഓർത്താലിതെങ്ങെങ്ങുമെത്താത്ത രീതിയി-
ലാർത്തി മുഴക്കുന്നതറിയാതെ നില്ക്കണം
കാളിയ ഗർവ്വുകൾ പൂത്തിയ കാളിന്ദി

കാർനിറമായതിൻ കഥയുണ്ട് വേറെ...
ഒന്നുമോർക്കുന്നതു നന്നല്ല മുന്നിലെ
കർമ്മ ഭൂമിക്കെന്റെ ബലിദാനമായിടാം...
തേരാളി രക്ഷകനാവുകിൽ ജീവിതം
നീളാം; ചതിക്കുകിലന്ത്യവുമായിടാം..!'

കണ്ടകൻ

കണ്ടകൻ പാതയിൽ നില്ക്കുന്നതായ്
കണ്ടിട്ടും കാണാതെ നീ നടന്നു
മാരണം കണ്ടുള്ള കാക്കകളോ
കാറിക്കരഞ്ഞു പറന്നു പോയി
മുണ്ടകൻ കൊയ്യുന്ന പാടങ്ങളിൽ
കണ്ടകൻ നീളെ നടന്നലഞ്ഞു
കെട്ടിയടുക്കിയ കറ്റകളിൽ
തട്ടിമറിഞ്ഞു നീ കുത്തി വീണു...
മൂക്കിന്റെ പാലം തകർന്നു കണ്ട്
മൂക്കത്തു വിരൽ വച്ചു നാട്ടുനിന്നു
ഗണകൻ കുറിച്ചിട്ട പാഴ്‌വാക്കുകൾ
വെറുതെ വിഴുങ്ങിയജീർണ്ണമായി
ചുക്കു കഷായം കുടിച്ചിട്ടെന്തേ
നില്പ്പാണലക്ക തുരുമ്പുമായി...
നേർച്ചക്കുലകളും കോഴിയുമായ്
കാഴ്ച ശീവേലിക്കു ചേർന്നു നിന്നു
ആയ വ്യയങ്ങളെ ചേർത്തു വയ്ക്കാ-
നാവാതെ സ്വപ്നങ്ങൾ വിണ്ടു കീറി...
നാവിൽ കുറിച്ചതിരുട്ടു തിന്നു
നാരായ വേരിൻ കടമുറിഞ്ഞു
ചാഞ്ഞു ചാഞ്ഞങ്ങനെ കാറ്റിലാടി
നാട്ടുകാർ വെട്ടിയടുക്കി വച്ചു...
ഗുളികൻ നടക്കണ നേർവഴിക്ക്
വെറുതെ നടന്നു തടസ്സമായി
ഒരു മുകിൽക്കാടിന്റെ വന്യതയിൽ
കഴുകിന്റെ ശീല്ക്കാര താളമേളം...
വിജനത നോക്കി നടന്ന നിന്നെ
വഴിയിൽ തവളകൾ കൂക്കിയാർത്തു
വിറയാർന്ന പാദങ്ങൾ നീട്ടി നീട്ടി
കടൽ നോക്കി പിന്നെയും നീ നടന്നു...

മങ്ങിയചിത്രം

വട്ടക നാളം മെല്ലെ മങ്ങുന്നു, അണയുവാ-
നിപ്പൊഴും തുടിയ്ക്കുന്നു, കാറ്റില്ല, മഴക്കോളും
ഇരുട്ടു കുത്തിക്കേറും, മനസ്സും മിഴികളും
ഭയന്നിട്ടാമോ ക്ലമൻ തെക്കായി മൂളുന്നല്ലോ...
ശകുനം നോക്കി ജന്മം പാഴാക്കനായിട്ടില്ല
പിഴവും, പൊരുത്തവും പൂവിട്ടു കായ്ച്ചില്ലൊട്ടും
വഴിവക്കിലെ വേലിക്കെട്ടുകൾ പൂക്കാതിന്നും
വെറുതെ വിതുമ്പുന്നു തുമ്പയും മുക്കുറ്റിയും...
പഴമ്പാട്ടീണത്തിന്റെ ചൊരുക്കും ചൂരും ഹൃദ്യം
പതിവായ് നുരയ്ക്കുന്ന ലഹരിയ്ക്കെന്തേ മാറ്റം
വെള്ള കീറുമ്പോളുള്ളും നടുങ്ങും തുടിപ്പിന്റെ
കൊള്ളിയാൻ മിന്നൽ സഹിച്ചിനിയും നടക്കേണം...
ചൂട്ടുവെട്ടങ്ങൾ പേടിപ്പെടുത്തും ചരിത്രത്തിൻ
തീർപ്പിട്ട കഥയ്ക്കിന്നും മാദക ഗന്ധം തന്നെ
നേർത്ത ശബ്ദങ്ങൾ തേങ്ങി ഞെരക്കം,
പുലപ്പാട്ട് കീർത്തനം പ്രഭാതത്തിൻ ചിരിയായ് വിടരുമോ...?
പാടത്തു വെള്ളക്കെട്ടിൽ ചുരുണ്ടു പുതുമണ്ണിൽ
ദൂരത്തു കന്നിൻ കൂട്ടം കിതച്ചു വലിയ്ക്കുന്നു
ഉഴവിൻ താളം മേളം തവളപ്പേക്കോലങ്ങൾ
അലറിക്കരയുന്ന സംഗീത സാന്ദ്രാകാശം
ഞാറ്റുപാട്ടീണം കേൾക്കാൻ വേലികൾക്കങ്ങേപ്പുറം
കൂർത്ത കണ്ണുകൾ കാതും ശരത്തിൻ വേഗാവേശം
മഴത്തുള്ളികൾ തൊപ്പിക്കുടമേൽ നൃത്തം ചെയ്വൂ
മനസ്സിൽ മയിലാട്ടം, തിറയും പൂതൻ തുള്ളൽ
ഇടവപ്പാതിക്കോലമങ്ങനെ വരവായി
കുടയും കൊണ്ടേ പുറത്തിറങ്ങാനാവുന്നുള്ളൂ...
ചിത്രമിങ്ങനെ പലതുണ്ടാവും നിമിഷാർദ്ധ
ശില്പവും ചായം തേയ്ച്ച കോലവുമനവധി...

കളം

(വറുതിയും കെട്ടതിയും മുടിയഴിച്ചാടുന്ന ഭൂമി...... കളമെഴുതുന്ന പുള്ളോൻ ...... കളമഴിയ്ക്കുന്ന പുള്ളോത്തി .... ഇന്നും പൂർത്തീകരിയ്ക്കാത്ത കളത്തിനുമുന്നിൽ നമ്മൾ മനുഷ്യർ......)

മലമുകളിലേതോ വിപത്തിന്റെ കാഹളം
മനിളയുടയ വിരിമാറു പൊള്ളിപ്പൊരിഞ്ഞു
കിളികളുടെ പൂഞ്ചിറകൊക്കെ കരിഞ്ഞു
വിളകളെരി വെയ്‌ലത്തു വെന്തെരിഞ്ഞു
വിളറിയ വിഭാതങ്ങൾ പല്ലിളിച്ചു
കാടകം കത്തിക്കരിഞ്ഞമർന്നു
കാട്ടാറിലോളം തിളച്ചു പൊങ്ങി ...
കൊറ്റികൾ ചത്തു കിടക്കുന്നു പാടത്ത്,
കൊത്തി വലിയ്ക്കുന്നു കാക്കകൾ; നാളേക്ക്
ചത്തൊടുങ്ങീടാൻ വിധിച്ചവരെങ്കിലും
നാക്കത്തൊരായിരം കൊതിയുമായി
ചാക്കാല വട്ടം കറങ്ങി നിന്നു
വറുതിയുടെ സത്വവും
കെട്ടതിയുടെ സത്വവും
വഴികളിൽ മുങ്ങാൻ കുഴിയൊരുക്കി
അസ്ഥികൾ തോറും പടരുന്നു വഹ്നി
കത്തിയെരിയുന്ന ജീവന്റെ കണികകൾ
കരിയുന്നു നീറുന്നു പുകയുയർന്നെങ്ങും
ചുട്ടുകാറ്റിലലിയുന്നു പുരുഷാന്തരങ്ങളുടെ
കരിമണമുയർന്നു കാറ്റുന്മത്തമായി...
-വഴിതേടി വന്ന്യരുടെ മനസ്സടഞ്ഞു
പൊരി വെയ്‌ലിലാകെ കരിഞ്ഞു വീണു
മിഴികളിൽ പെരിയൊരു ചോദ്യമുണ്ടായ്:
ഇനിയെന്ത് ...?
വഴിയെന്ത് ...?
ഉടയോന്റെ മുറ്റത്തൊരായിരം തേങ്ങലി-
ന്നല കളങ്ങിങ്ങായലിഞ്ഞു നിന്നു...
മൂകമാം മുറ്റത്തു മൂവന്തിയിൽ
മുതുകുനിയെത്തുന്നു കണിയാര്
ഉടയോന്റെ കൺകളിൽ തീയളി

ഉറുമിപ്പിടിമേൽ വിരൽ വിറച്ച ...
ദേശത്തുടയോന്റെ കോലായി-
ലാവണപ്പലകയിൽ
കണിയാന്റെ കവിടികൾ
തേങ്ങിക്കരഞ്ഞു
'കളമെഴുതിയാടണം
കാളിയൂട്ടൊക്കണം !!'
കളമെഴുതാനെത്തി പുള്ളോൻ
കുടവുമായിപ്പുള്ളുവത്തി
ഭഗതിത്തിരു നടയിലെത്തി
തൊഴുതു വീണയിലേഴുനാദം
ശ്രുതിയുണർന്നു...സ്തുതിയുണർന്നു...
കനിയുകമ്മേ ശ്രീ കുറുമ്പേ
ഭഗവതീ ശ്രീ ഭദ്രകാളീ
കനിയുകെങ്ങടെ കൺകളിൽ കന-
ലൊളി പരത്തുക നാഗരാജാവേ....
കാളി മലയുടെ നിറുകയിൽ കാർ-
മേഘ മുതിരും സന്ധ്യയിൽ
കാർനിറഞ്ഞു തണുത്തു മണ്ണിൻ
ദാഹമകലാൻ നീർ ചൊരിയുക...
കാളിയമ്മേ കാൽ ചിലമ്പിൻ
നാദമുണരും കാട്ടു ചോലകൾ
വഴിതെളിച്ചീക്കരയിലെങ്ങടെ
കരിയുമസ്ഥി തണുക്കുവാനായ്
പുതിയ പനിനീരുറി നില്ക്കും
മലർ വിടർത്തുക ശ്രീകുറുമ്പേ...
വിണ്ടു കീറിയുഴന്ന മനസ്സിൻ
നൊമ്പരങ്ങളകറ്റുവാനായ്
നിന്റെ തൃക്കൺ നീ തുറക്കുക
ചെമ്പകപ്പൂവിതളിലൂറും
ചെമ്പനി നീർത്തുള്ളിയാകുക
ഈ വറുതിയകലാൻ, കെടുതിയകലാൻ
വരമരുളുക കാളിയമ്മ...
ആദികളമൊന്നെഴുതി പുള്ളോ-
നണി വിരലാൽ വേർപ്പ ചീറ്റി-

ത്തൊഴുതു വീണയിലേഴ നാദം
ശ്രുതിയുണർന്നു... സ്തുതിയുണർന്നു...
കുടമുണർത്തി പുള്ളുവത്തി
തരിവളക്കൈ കിലുകിലുങ്ങി
കുറു നിര കാറ്റത്തുലഞ്ഞും
നീൾ മിഴികൾ ചോന്നു വന്നും
ഞൊറിയുലഞ്ഞും പട്ടു ചേല,
കവിൾ തുടുത്തും, കാട്ടുപൂവിൻ
മണമുതിർത്തും, മാറുലഞ്ഞും
കുടമുണർത്തുന്നു...
അരിയ നോവാൽ തേങ്ങി പുള്ളോ-
ന്റരുമ വീണയിലാദി മന്ത്രം
അതിനു പല്ലവി പാടി കിണ്ണം
തുയിലുണർത്തീ പുള്ളു വത്തി...
ഒട്ടുവിലേതോ പകയുണർന്നു
കിരമിഴികൾ ചോന്നു വന്നു
വളകിലുങ്ങീ തളകിലുങ്ങി
മുടിയുലഞ്ഞും മുലയുലഞ്ഞും
കലിയുറഞ്ഞും കൺകളിൽ തീ-
ക്കനലുതിർന്നും പുള്ളുവത്തി
കളമഴിക്കുന്നു...
മിഴി നിറഞ്ഞു പുള്ളുവോനും
മനമെരിഞ്ഞു മാറ്റുവാനായ്
കരിയുമരിയും മഞ്ഞളും ചേർ-
ത്തെഴുതി വട്ടക്കളമതൊന്ന്...
കരൾ നിറഞ്ഞു വിതുമ്പി വീണയി-
ലുണരുകയായ് വീണ്ടുമാദി
ശ്രുതിയിലുള്ളം കാളിയമ്മൻ
നിഴൽ നിറഞ്ഞും നീർത്ത വിരലിൽ
ഉതിരമങ്ങിങ്ങിറ്റു വീണും
തുയിലു പാടുന്നു...
അതിനു പല്ലവി പാടി കിണ്ണം
തുയിലുണർത്തി, കുടമുണർത്തി
ഒട്ടുവിലേതോ പകയുണർന്നു
കരിമിഴികൾ ചോന്നു വന്നു

വെറിയിളകി പുള്ളുവത്തി
മുടിയുലച്ചും മുലയുലച്ചും
കലിയുറഞ്ഞും കൺകളിൽ തീ-
ക്കനലുതിർന്നും പുള്ളുവത്തി
കളമഴിയ്ക്കുന്നു...!
മിഴി നിറഞ്ഞു പുള്ളുവോനും
മനമെരിഞ്ഞു, കളമിതെല്ലാം
വെറുതെയായി, കാളിയെത്തും
മുമ്പു കാളിപ്പേയിളകി
പകയുണർന്നും പുള്ളുവത്തി
കളമഴിക്കുന്നു...
ഒടുവിലേഴാം കളമെഴുതി
കരുതി നിന്നു പുള്ളുവോനും
മിഴിയുറിച്ചും പുള്ളുവത്തി
കുടവുമായി കാത്തിരുന്നു...
അരിയനോവിൻ വീർപ്പടക്കി
പെരിയ കദനത്തിരയടക്കി
വറുതിയകലാൻ കെടുതിയകലാൻ
കുരുതികൊള്ളും കളമെഴുതി
മിഴി നിറഞ്ഞും വീർപ്പലഞ്ഞും
ഭഗവതിത്തിരു നടയിലീണം
ചൊരിയുവാനിട നെഞ്ചു പൊട്ടി-
ത്തകരുമാർ മണിവീണ മീട്ടി-
ത്തുയിലുണർത്തുന്നു...
ഒടുവിലേതോ പകയുണർന്നു
വെറിയിളകിപ്പുള്ളുവത്തി
കുറുനിര കാറ്റത്തുലഞ്ഞും
കൊലവിളിച്ചു മദിച്ചു മാടി-
ക്കുടമെറിഞ്ഞു തകർത്തു, നാവിൽ
ഉതിരമിറ്റിച്ചാർത്തുലഞ്ഞും
മദമുണർന്നും തുള്ളിയലറി-
ക്കുരുതി കൊള്ളുന്നു...
കളമിതേഴും വ്യർത്ഥമായി
കദനമൂറിക്കൂടി പുള്ളോൻ
വിരൽ മുറിഞ്ഞും വീണയിങ്കൽ

ശ്രുതിയകന്നും തേങ്ങിയൊട്ടുവിൽ
കരളുരുകി കൺകളിൽ കൂ-
രിരുളിഴിഞ്ഞും വീർപ്പുമുട്ടി
നിലമടിയുന്നു...!
വറുതിയിന്നും ബാക്കിയായി
കെടുതിയിന്നും ബാക്കിയായി
വരമൊഴികൾ കാറ്റിലാടി
പുതിയ കാളികൾ കൂടിറങ്ങി
കൂടുവിട്ടും കൂറുമാറി
കൂറുമാറി കൂത്തടിച്ചും
കുലമൊടുക്കുന്നു...!
കളമഴിഞ്ഞു, കുലമഴിഞ്ഞു
കഥയിതിങ്ങനെ നീണ്ടുപോകുന്നു...
മകരമെത്തും നാളെ നമ്മൾ-
ക്കുയരുമാദിയുഷസ്സിലെ ചെ-
ങ്കതിരുകൊണ്ടു പണിഞ്ഞിടാമൊരു
പൊൻമണി വീണ...
പഴയ ചിന്തു മറന്നിടാം
പഴയ വീണ തകർത്തിടാം
പുതിയ കളമൊന്നെഴുതി തുയിലിൻ
ശ്രുതിയുണർത്താനുണരുണരു
പകനുരഞ്ഞും, കലിയുറഞ്ഞും
കളമെഴുതാനെത്തു പുള്ളോൻ...!

പൂരക്കാഴ്ചകൾ

കത്തുന്ന വേനൽ തിളങ്ങുന്ന ചെമ്മണ്ണ്
നട്ടുച്ച പോലും നിലാവായ് പരക്കുന്നു
പൂരപ്പറമ്പിന്റെ യോരത്തു കൂടുന്ന
മാലോക വൃന്ദം നടനും കിതച്ചും
പൊങ്ങുന്ന മേളക്കൊഴുപ്പിന്റെ താളം
നിന്നു കൈത്താളത്തിലാവഹിക്കുമ്പൊഴും
കോലവുമേറ്റി നിന്നേറെക്കരിവര-
രാലവട്ടത്തിന്റെ താളം ശ്രുവിയ്ക്കുന്നു...
കതിർകാള കുതിരകളേറ്റിക്കരക്കാര്
നിരയായി നീങ്ങി വിയർത്തൊട്ടി മുന്നിൽ
അഞ്ചുകരമത്സരം, പഞ്ചമം കൊട്ടുന്ന
ചെണ്ടയ്ക്കു പോലും പകയും ചൊരുക്കും...
പകൽ വേല, കതിനകൾ പൊട്ടിത്തെറിയ്ക്കുന്നു
ചമയങ്ങളിളകുന്നു ചാമരം മിന്നുന്നു
ആർപ്പും കുരവയും കുഴയുന്ന നാവുക-
ളാർത്തട്ട ഹാസം മുഴക്കും പടക്കങ്ങൾ...
വാണിഭക്കോണിൽ മുഴങ്ങുന്നപസ്വര-
ജ്ജ്വാലകൾ, കരിവള, സിന്ദൂര ലഹരിക-
ളാരെയോ തേടുന്നു താലം പൊലിയ്ക്കുന്ന
നാരികൾ, കന്യകളെത്താതിരിക്കില്ല...
ഒറ്റച്ചിലമ്പിന്റെ താളത്തിലുടവാൾ
വെട്ടിച്ചുഴറ്റിക്കറങ്ങുന്ന കോമരം
ഭക്തിക്കു മേമ്പൊടി മരനീരു നുരയുന്ന
ശക്തിയിൽ ചാടിയും ഗോഗ്വാ വിളിയ്ക്കുന്നു...
വന്ന വിപത്തുകൾ മാറണം നാളെയിൽ
വൻ ദുരന്തങ്ങൾ വരാതെയും കാക്കണം
വേലയ്ക്കു കോലങ്ങളാടിത്തിമർക്കുന്ന
പൂരപ്പറമ്പിൽ പിറക്കുന്ന പ്രണയം...
കരകളഞ്ചും കരനാഥർ മുഴക്കോലു
കരുതുന്നളക്കുവാൻ നന്മയും തിന്മയും
പണ്ടുപോലിന്നും മുടങ്ങാതെയാണ്ടിലെ
ചന്തങ്ങൾ കതിരിട്ടു ചാഞ്ചാടി നില്ക്കണം
ഉപജീവനം തേടി മറുനാട്ടു പൂകിയോ-

രുമയോടെത്തുന്ന പൂരം മുറിയ്ക്കുവാൻ
കരുതലുണ്ടാണ്ടിലെ ചില്ലികൾ സൂക്ഷിച്ച
നിറഭാണ്ഡമിവിടെ ചൊരിയണം പൂക്കണം...
ഉത്സവപ്പൂക്കുറ്റി കത്തുന്നലങ്കാര
ദൃശ്യങ്ങൾ, ചായങ്ങളലിയുന്ന ചാരുത
പോയാണ്ടു കണ്ടതിൻ മേലെയാണിക്കുറി
പൂരപ്പൊലിമകൾ വിരിയുന്ന മാനം...
എല്ലാമൊരാവർത്തനം തന്നെയെങ്കിലു-
മുള്ളിൻ തുടിപ്പുകൾ ദുന്ദുഭിത്താളങ്ങ-
ളെല്ലാംമൊരാവേശമാകുന്നു, നാളെയും
വന്നു കാണാൻ കാക്കുമാണ്ടു നീളം...!

വാക്കും പ്രവൃത്തിയും

വീട്ടിൻ മുറിയ്ക്കുള്ളിൽ
ഭൂലോകം ചുരുങ്ങുന്നു
നേർത്തൊരു വിളിപ്പാടിൻ
താളമോ മുറുകുന്നു
കൈവിട്ട കളിയായി
ജീവിതം പൊലിയുമോ?
കന്നിയും വെയിലും വെറും
സങ്കല്പമാകുന്നുവോ?
പടർന്നു കത്തിക്കേറും
രോഗാണു വർഗ്ഗം നാടിൻ
സിരകൾ മുറുക്കിയും
ശ്വാസത്തെ വിലക്കുന്നു
ചലിക്കാനാവുന്നില്ല
ബന്ധന രൂപം മുന്നിൽ
നിലത്തു നിഴൽ പോലും
നീളാതെ നില്ക്കുന്നല്ലോ...
വായുവും വിലക്കുന്ന
കാലത്തു മനുഷ്യന്നു
ബാധയായ് മാറുന്നല്ലോ
നയിക്കാൻ വിധിച്ചവർ...
വ്യാധിയിൽ പൂട്ടിക്കെട്ടി-
യകത്തായാൾ ദൈവങ്ങൾ
ഒളിഞ്ഞും തെളിഞ്ഞും മുന്നി-
ലെത്താത്ത ദുരന്തമായ്...!
മൂച്ചൂട്ടും നശിക്കുന്നൊ-
രാചാര വൈഡൂര്യങ്ങ-
ളിപ്പൊഴും കാണുന്നില്ല
ജീവനെ രക്ഷിക്കുവാൻ
പൊള്ളച്ച വാഗ്ദാനങ്ങൾ
വാക്കിനും വിലയില്ല
തള്ളിനും കുറവില്ല
ഭള്ളുകൾ പുലഭ്യങ്ങൾ...
വെട്ടിവീഴ്ത്തുവാനാഞ്ഞു

നില്ക്കുന്ന തലമുറ-
യെത്തുന്ന ഘോഷം കാതി-
ലലയ്ക്കാൻ തുടങ്ങുന്നു...!
വെട്ടിയാൽ പോരാ, കുലം
മുച്ചൂടും മുടിയണം
ദൃഷ്ടിയിൽ പോലും നാളെ
കാണുവാനായീടൊല്ല...!

വീഴ്ച

വാരിക്കുഴിയിലെ വീഴ്ചയ്ക്കുശേഷവും
വായടക്കാതുള്ള നിന്റെ രൂപം
കാഴ്ചയ്ക്കു തെല്ലും പരിക്കില്ല, എങ്കിലും
വീഴ്ച തന്നാഘാതമമ്പേ ഭയങ്കരം...
നട്ടെല്ലു പൊട്ടിയെന്നോർക്കണ്ട പേടിയും
പറ്റില്ലയൊട്ടും, ക്ഷതമതേൽക്കാത്തത്
പിന്നെത്തലച്ചോറുമില്ല; ഈ നാക്കിലെ
എല്ലുപൊട്ടില്ലെന്ന സത്യമറിയുക...
ചർമ്മബലത്തിന്റെ കാര്യമോ ലോകത്ത്
നിന്നെ വെല്ലാനിന്നു പോരില്ലൊരുത്തനും
കർമ്മങ്ങളില്ലാത്ത കാരണം ദോഷങ്ങൾ
വന്നുഭവിയ്ക്കേണ്ട കാര്യവുമോർക്കണ്ട...
നെഞ്ചിടിപ്പില്ലാതെ കാണുന്ന നെഞ്ചകം
പൊള്ളയാണെന്നുള്ള സത്യമറിയുക
കൺ നിറഞ്ഞില്ലെന്ന നേരുമറിയുക
കർമ്മദേഷം വാരിവിതറാറുമില്ലഹോ...!
ചുറ്റിലും വ്യാധികളാളിപ്പടരവേ
ദൃഷ്ടിയിൽ പെട്ടില്ല ദൃഷ്ടി ദോഷം
ക്ഷീരം ചുരത്തുന്നകിടിലും നിൻ കൊതി
ചോരയ്ക്കു മാത്രമെന്നറിയുന്നു ഞങ്ങളും...
നെഞ്ചിൻ പുറത്തുള്ള താണ്ഡവം ഞങ്ങളെ
സങ്കടപ്പുഴകളിൽ തള്ളിയിട്ടു
നൊന്ത മനസ്സുകളൊന്നായണിചേർന്നു
ബന്ധുതയേതെന്നു കണ്ടറിഞ്ഞു...
നക്ഷത്ര രാജിത്തിളക്കങ്ങളാകാശ
ദുർഗ്ഗങ്ങൾ ഭേദിച്ചിറങ്ങിയ ഭൂമിയിൽ
ഞങ്ങളെ ചേർത്തു പിടിച്ചവരിങ്ങനെ-
യിന്നു മതുനാളെയും മുന്നിലെത്തും...!

അഭിവാദ്യം

ഏതു പൂ നുള്ളിയെറിഞ്ഞു ഞാൻ ചൊല്ലണം
സ്നേഹാദിവാദ്യങ്ങളെന്റെ യീ നാടിന്?
നെഞ്ചകത്തേറ്റി വളർത്തിലാളിച്ചൊരീ
ചെങ്കൊടി പ്രസ്ഥാനമിന്നെത്ര മേലെയായ്...!
നട്ടാൽ മുളയ്ക്കാനുണക്കഥ ചുറ്റിലും
കെട്ടിയുയർത്തിയ മൺകോട്ട തിരയടി-
ച്ചൊക്കെയെളിഞ്ഞിന്നു ശാന്ത സ്വരൂപിണി
നില്ക്കുന്നു കേരളം ലോക നിറുകയിൽ...
ഒട്ടിപ്പിടിയ്ക്കാത്ത ബന്ധങ്ങളൊട്ടിയും
കെട്ടിപ്പിടിച്ചു നടത്തിയ യുദ്ധങ്ങൾ
പറ്റാത്ത വൈരുദ്ധ്യമേളനം നാടിന്റെ
കച്ചയഴിയ്ക്കുന്ന വൈഭവം വൈകൃതം...
അക്ഷൗഹിണികളായ് ചുറ്റിലും നിന്നവ-
രസ്ത്രങ്ങളെയ്തു തളർന്നു യുഗാന്തങ്ങൾ
എത്തിപ്പിടിക്കുവാനായില്ല, ശത്രുത
ബുദ്ധിക്കുമപ്പുറം ചാടിക്കളിച്ചുവോ...?
ആയുധം കൈകൊണ്ടു തൊട്ടില്ല, യക്ഷരം
തൂവിയ ചൈതന്യ ജ്വാലയിൽ ശത്രുത
വാടിക്കരിഞ്ഞെരിഞ്ഞില്ലാതെയായതിൻ
കാരണം തേടി മടുക്കേണ്ട, യജ്ഞത
മൂടിയ രൂപങ്ങളന്ധകാരത്തിന്റെ
സീമകൾക്കപ്പുറം പൂണ്ടാണ്ടു പോയി...!
നെഞ്ചേറ്റി കേരള മക്കൾ സഹോദരർ
കണ്ടതിനപ്പുറം നേരിട്ടറിഞ്ഞവർ
സിന്ദൂര തിലകങ്ങൾ ചാർത്തിയനുഗ്രഹി-
ച്ചാനന്ദ നൃത്തത്തിലാറാടി നില്ക്കുന്ന
കേരള മക്കളേ നിങ്ങൾക്കൊരായിരം
സ്നേഹാഭിവാദ്യങ്ങൾ നേരുന്നു ലാൽസലാം...

ചില്ലുകൂട്

ഞാനടയ്ക്കട്ടെ ചില്ലു ജാലകം പുറത്തുള്ള
കൂരിരുളകത്തേയ്ക്കു കടക്കാതിരിയ്ക്കുവാൻ
ഞാനടയ്ക്കട്ടെ മിഴി, യുള്ളിലെയിരുട്ടിന്റെ
നീലിമ പുറത്തെങ്ങുമൊഴുകാതിരിയ്ക്കുവാൻ...
ഏതിരുട്ടിലും കത്തിക്കേറുന്ന വിഷത്തിന്റെ
കാളിമ നിറഞ്ഞുള്ളം പുകഞ്ഞും കരിഞ്ഞിടാം...
ആ തിളക്കത്തിൻ വജ്ര സൂചികൾ കുത്തിക്കേറി
പൂവിട്ടും നോവിൻ നീറ്റലണയാൻ മടിയ്ക്കുന്നു...
വജ്ര കുണ്ഡലം നീട്ടി നിൽക്കുന്നൊരാകാശത്തിൻ
ചുറ്റിലും വെള്ളത്തൂവൽ പക്ഷികൾ കുറുകുന്നു
ചില്ലടഞ്ഞകത്തേറ്റ മുറിവിൻ നീറ്റൽ നാളെ
നിന്നിലേയ്ക്കെത്തും നീയങ്ങെത്ര മേലകന്നാലും...
പൂത്തു നിൽക്കുന്ന കണിക്കൊന്നകൾ മരതക-
ക്കാട്ടിലും, പറമ്പിലും, പാതവക്കിലും നീളെ
നീട്ടിനില്ക്കുന്ന കുമ്പിൾ, നിനക്കായ് വിരിഞ്ഞത്
ചേർത്തു വാങ്ങണം പാപ വിഹിതം സമ്പാദ്യം നീ...
നീയെറിഞ്ഞുടച്ചൊരീ ജീവിതം മണൽക്കാട്
താണ്ടുവാനാവാതാകെയുഴറിത്തപിയ്ക്കുന്നു
മുഴങ്ങുന്നുള്ളിൽ വീണ്ടും നിന്റെ ഗർജ്ജനം കാടിൻ
നിബിഡാന്ധതയ്ക്കെന്തേ വിള്ളലോ? വിറയലോ...?
എങ്കിലുമടച്ചൊരീ ചില്ലു ജാലകം മെല്ലെ-
യെന്തിനെന്നറിയാതെ തുറക്കാൻ തുടിയ്ക്കുന്നു
അകത്തുകേറാൻ നിനക്കാവില്ല കാണാക്കണ്ണി
മുറുക്കി കാലം തീർത്ത കരുതൽ കണ്ടാലും നീ...!

വീണ്ടുംമഴ

കാലം തെറ്റിയ മഴയോടൊപ്പം
പേടി ജനിക്കും ഇടിയും മിന്നൽ
മേടച്ചൂട്ടു കുറഞ്ഞെന്നാലും
പൂരം കൊട്ടിപ്പെയ്യു നനഞ്ഞു...
അരയാലിൻ കൊമ്പിളകി മറിഞ്ഞു
കുടകളനേകം കാറ്റിൽ പൊങ്ങി
മറിമായംപോൽ; വാണിഭമെല്ലാം
നനയാതെങ്ങനെ മൂടിയൊളിക്കും...?
പൊന്നിൻ കതിരണി വയലുകളെല്ലാം
ഇന്നോമുങ്ങി മറഞ്ഞു കൊയ്യാൻ
വന്നവരില്ല, നെഞ്ചിൻ കൂട്ടിൽ
ദുന്ദുഭി മേളം, കർഷക ദു:ഖം...
വാരം, പാട്ടം, വായ്പകളങ്ങനെ
വ്യാധിക, ളാധികൾ മഴയോടൊപ്പം
പൊങ്ങി വരുന്നു ജീവിതമെല്ലാം
തിണ്ണ നിരങ്ങിയൊടുങ്ങാറായി...
കൊയ്ത്തുമെതിയ്ക്കാൻ ചെത്തിത്തേച്ച
മിനുക്കിയമുറ്റം, കളവും, തൊടിയും
ഒഴുകിയൊടുങ്ങീ മഴയോടൊപ്പം
പുരയുടെയോരം കാറ്റിലുലഞ്ഞു...
കാലക്കേടിനു കുടചൂടുന്നൊരു
വ്യാധി കൊറോണ പടർന്നേറുന്നു
ലോകത്തെങ്ങും മനുകുലമങ്ങനെ
ഭീതിയിലിൻഡ്യയ്ക്കൊന്നാം സ്ഥാനം...!
കൂട്ടപ്പാട്ടീണം മഴയുടെ
ശീൽക്കാരത്തിനാരവമെല്ലാം
നാളെ വരുന്ന ദുരന്തം ഭീകര-
മാണെന്നോർക്കാൻ മതിയായീടാം....

എരിഞ്ഞടങ്ങട്ടെ

മുറിഞ്ഞ നാവുകൾ നിലവിളിക്കുന്നു-
ണ്ടതിന്നു മേലെ നിന്നഹന്ത പൂക്കുന്നു...!
മുറിഞ്ഞ നാവുകൾ പതിച്ച മണ്ണിലായ്
മുളച്ചു പൊന്തുന്നു പുതിയ നാവുകൾ..!
മുഴുത്ത കാമത്തിന്നറുതി പോക്കുവാ-
നടുത്തൊരുങ്ങി നീ കുതിച്ചു നില്ക്കിലും,
അതിന്നുമപ്പുറ മുറച്ച ധാരണ
കുലമൊട്ടുക്കുന്ന പുതിയ ശാസ്ത്രങ്ങൾ...
കുലമൊട്ടുക്കുവാൻ കുരുന്നു ജന്മങ്ങൾ
കരിച്ചു തുവിയാലൊടുങ്ങുമെന്നുള്ള
നരച്ച ധാരണ പുലർന്നു കരിരുൾ
പടർന്നു ചിന്തകൾ ചിതലരിയ്ക്കുന്നു
ഇരുട്ടിലാണു നീ പിറന്നതും പിന്നെ
വളർന്നതും, കാടിന്നഗാധ ഗർത്തങ്ങ-
ളിരുട്ടു കുത്തിയ മനസ്സുകൾ ചിന്ത
പുഴുത്ത മോഹങ്ങളുറക്കുത്തേല്ക്കുന്നു...!
എരിഞ്ഞു ചാരമാ, യൊഴിഞ്ഞ പാടത്ത്
വിളഞ്ഞു നാളെ നീയുയർന്നു നില്ക്കുമ്പോൾ
വരും തലമുറ പറഞ്ഞു നില്ക്കണം
വിളവുകൂട്ടുവാ നിവൾ നിമിത്തമായ്...!
ഇരുണ്ട നീതികൾ ചിറകടിക്കുന്നു
വരണ്ടതൊണ്ടകളലമുറപ്പാട്ടിൻ
തുടിതാളം നെഞ്ചു തകർക്കും വേളക-
ളവന്റെ ധാർഷ്ട്യങ്ങൾ ചുരത്തി നില്ക്കുന്നു...!
കടിച്ചു കീറുമ്പോളുടഞ്ഞമാനവ-
ക്കരുത്തുകാണാതെയഹന്ത പൂത്തതും,
കരക്കാർ കാൺകെ നിൻ പുരുഷ വൈകൃതം
തകർത്ത മോഹങ്ങൾ തളിർക്കും നാളെയിൽ...!
അരുതു ചൊല്ലുവാ, നടുക്കുന്നായിരം
കരങ്ങൾ, നാവുകൾ മഹാപ്രവാഹമായ്...!
നിറഞ്ഞു കേൾക്കുന്നുണ്ടൊരേശബ്ദം, നാടിൻ
വിടർന്നമാറിലൂടതു തിളയ്ക്കുന്നു...!

എരിഞ്ഞൊടുങ്ങുന്നോരഹങ്കാരങ്ങ-
ളുണ്ടടഞ്ഞ മാനസം തകർന്ന കാതങ്ങൾ
പറന്ന ചാരമായൊടുങ്ങും നിൻ കുല-
മതിന്റെ നാന്ദിയാണിവിടെ കാൺമത്...!

അന്നംമുടക്കികൾ

അന്നംമുടക്കികൾ പന്തവും കത്തിച്ച്
നിന്നു പേക്കോലങ്ങളാടുന്നു നാട്ടിലെ
അറുകൊല, ചാമുണ്ഡി വേഷമേതാകിലും
അതു നിനക്കേകുന്ന ചാരുത വന്യത ...!
ഇനി നിനക്കാടാമൊടുക്കത്തെ വേഷമതു
കളി നിർത്തുവാനുള്ള നാന്ദിയായ് കാണുക....
ഇന്നോളമാടിയ വേഷങ്ങളൊക്കെയും
നന്നായിരുന്നെന്നു ചിന്തിച്ചൊടുങ്ങുക....
കെട്ടകാലത്തിൻ ചരിത്രം നിനക്കല്ല
അക്ഷരം ചേർത്തുവച്ചെഴുതാനുമാവില്ല
കീചകവേഷത്തിലാടിയോരക്കഥ
നേരായറിയുന്നു കേരള മക്കളും...
എണ്ണിപ്പെറുക്കിയെടുത്തുവച്ചായതോ
പുണ്ണായി നീറുന്നു ഞങ്ങൾ തന്നുൾക്കാമ്പ്
ഉപ്പിന്നു പോലും തുണയ്ക്കാത്ത നിൻബുദ്ധി
തട്ടിത്തെറിപ്പിച്ച പൂഴിയിൽ കഞ്ഞികൾ...
മാപ്പില്ല, നിന്നഹങ്കാരങ്ങൾ പൂക്കുന്ന
വാക്കുകൾ, കർമ്മങ്ങളെല്ലാമരോചകം
കൂലിയും, ശിക്ഷയും കൈനീട്ടിവാങ്ങുവാൻ
നീമുന്നിലെത്തു, മതു കാലം തുണയ്ക്കും....!
അന്തക വിത്തായ് പിറന്ന നിൻ ചിന്തകൾ
വെന്തറ്റു പോകാതെ നെഞ്ചിന്നകത്തുളം
കത്തിപ്പടർന്നാളി നില്ക്കും അതു നിന്റെ
വർഗ്ഗത്തെയാകെയെരിച്ചൊടുക്കും; നാളെ
നഷ്ടത്തെയോർത്തൊന്നു തേങ്ങുവാനാവാതെ,
നില്ക്കുന്ന നില ഞങ്ങളാസ്വദിക്കും...!

കുരു

കുരു പൊട്ടിയെന്തോ ഒലിച്ചു വന്നു
കറ കറെയെങ്ങും പരന്നൊഴുകി
ഗുരുവരൻ പോലുമറിഞ്ഞതില്ലേ
കുരുവിന്റെ ജാതകം കണ്ടതില്ലേ...?
മദയാന പോലെ മദിച്ചനാളിൽ
മലയും മരങ്ങളും നീ പുഴക്കി
പുഴയും കുളങ്ങളും നീ കലക്കി
കുടിനീർ മുടങ്ങി ജനം വലഞ്ഞു...
സമതലം ശാന്തി നിറഞ്ഞ ഭുവിൽ
കതിനകൾ പൊട്ടിച്ചു നീ നടന്നു
മുളയും വിളകളും കുത്തിമറിച്ചതിൻ
വ്യഥയുമായ് പാവം ജനങ്ങൾ നിന്നു...
ഗുരുവാം മുനിവരൻ നേർക്കു നിന്റെ
വിരൽ നീണ്ടു ചെന്നു വഷൾ പറഞ്ഞു
ഗുരുശാപമുണ്ടെന്നറിയുവാനോ
മദ ഭാവമൊട്ടും മെരുങ്ങിയില്ല...
നട്ട വരമ്പിൽ തളർന്നിരുന്ന
വൃദ്ധരെപോലും പരിഹസിച്ചു...
പട്ടിണിക്കോലം പണിയെടുത്ത
ദുഃഖം പൊറുക്കാ ജനം വലഞ്ഞു...
പുണ്യപൂങ്കാവനം തീണ്ടിയശുദ്ധിതൻ
പുണ്യാഹമേറെ തളിച്ചു നീയും
അട്ടഹാസാഹ്ളാദ മേളക്കൊഴുപ്പുമായ്
കെട്ടി മറിഞ്ഞു നടന്നതില്ലേ...?
ഇരുൾ മാഞ്ഞു പകൽ വെട്ടമെത്തി നാട്ടിൽ
മിഴികളൊന്നന്നായ് തുറന്നു കണ്ടു
കുരുപൊട്ടി നില്ക്കുന്ന നിന്റെ രൂപം
ഹൃദയങ്ങൾ പണ്ടേ വരച്ചതല്ലേ...!

പതനം

മുഴുത്ത ഭ്രാന്തിന്റെ തിളപ്പിൽ നിന്നു നീ
മദിച്ച നാളുകൾ കൊഴിഞ്ഞു തീരുന്നു
പഴുത്തിലകൾ തൻ തളർന്ന ഞെട്ടുക-
ളടർന്ന കോലങ്ങൾ, ചിരിക്കുന്നു കാലം...!
മഹാപ്രപഞ്ചത്തിൻ നിറഞ്ഞ പാതിയെ
പുണർന്നു നിന്നൊരാ കഴിഞ്ഞ നാളുകൾ
മഹാദുരന്തത്തിൻ നടുക്കമായ് നാട്ടിൽ
നിറഞ്ഞ ദുഃഖങ്ങൾ പകുത്തു നല്കി നീ...
നിറത്തിൻ മേനിയിലഹങ്കരിച്ച നി-
ന്നകത്തെ കാർ നിറം പുറത്തറിഞ്ഞില്ല
സിരാപടലങ്ങൾ തകർന്നു മണ്ണിലേ-
യ്ക്കൊഴുകിയാ നിറം പടർന്നു കേറുമ്പോൾ
പതുക്കെ വീണയിൽ വിരൽ പായിച്ചു നീ-
യുറക്കെ പാടിയ വിഷാദ ഗാനങ്ങൾ
നിനക്കു സമ്മാനപ്പൊതികളായതു
കരുതിവച്ചൊരാ ജനത്തിന്നാദാരം...!
മുഴുത്തഭ്രാന്തിന്റെ കൊടും ലഹരിയി-
ലുറഞ്ഞു നീ യാഗം നടത്തിയേറുമ്പോൾ
കുളമ്പടിക്കുള്ളിലമർന്ന ജന്മങ്ങ-
ളുടഞ്ഞുപോയതിൻ ചരിത്രമോർക്കുക...!
വിഴുപ്പു ഭാണ്ഡങ്ങൾ ചുമന്നു ലോകങ്ങൾ-
കറങ്ങി ചീറ്റിയ വിഷത്തിൻ വിത്തുകൾ
മുളച്ചതങ്ങിങ്ങു പടുമരങ്ങളായ്
വളർന്നു നില്ക്കുന്നു മഹാദുരന്തമായ്...?
കറുപ്പു കാണുമ്പോൾനരഞ്ഞു പൊത്തുന്ന
വെളുത്ത ചേഷ്ടകൾ നിലമറക്കവെ
കിഴക്കുനിന്നാവാ, മൊരുകൊടുങ്കാറ്റ്
പതുക്കെ വീശുന്നു പതുങ്ങിക്കൊള്ളുക...!
വിധിച്ച കൂലിയാ വരമ്പത്തുണ്ടതു
എടുത്തു പോകുവാൻ മറന്നിടേണ്ട നീ
വഴിച്ചിലവിനു പലതും വേറെയും
നിനക്കായ് കാലത്തിൻ വിരുന്നൊരുക്കങ്ങൾ...!

കേരളപ്പെരുമ

(ഓട്ടൻതുള്ളൽ)

എന്നാലിനിയൊരു കഥയുരചെയ്യാം
എന്നുടെ കണ്ണിൽ കണ്ടതുപോലെ
നാരായണനെൻ ഉള്ളിൽ ചൊല്ലി
നാട്ടാരാകെ കാതിൽ ചൊല്ലി...
കേരം തിങ്ങും കേരളനാട്ടിൽ
കേളിയെഴുന്നൊരു മാമല നാട്ടിൽ
ഇന്നോപുതുയുഗമുണ്ടായ് വന്നു
കണ്ണു തുറന്നിഹ കണ്ടീടേണം
കണ്ടാൽ പോരാ കാര്യം നോക്കി
ചിന്തിച്ചങ്ങനെ ചെയ്തീടേണം
ഇടതിൻ സാരഥിയമാർക്കായ് നിങ്ങടെ
വോട്ടുകളൊക്കെ ചെയ്തീടേണം...
അങ്ങനെ പറയാൻ കാരണമുമുണ്ടേ
കണ്ണും കാതും കൂർപ്പിക്കേണം
അഞ്ചാണ്ടായി നമ്മുടെ നാട്ടിൽ
ഇടതിൻ ഭരണം കേമം തന്നെ
പദ്ധതിയെല്ലാം ഓരോന്നായി
വെച്ചടി നന്നായ് മുന്നേറുന്നു...
രണ്ടരലക്ഷം വീടുകൊടുത്തു
ലൈഫിൻ പദ്ധതി നാട്ടാർക്കായി
ചെറ്റക്കുടിലിൽ തിങ്ങി ഞെരുങ്ങിയ
ദു:ഖം മാറി ജീവൻ പൂത്തു
കിട്ടിയവർക്കോ കണ്ണു നിറഞ്ഞു
കിട്ടാത്തോർക്കായ് രണ്ടാം ഘട്ടം....
ലൈഫിൻ മേനിക്കഴകതു കണ്ട്
ഒരുവൻ ചാടീ മേല്പോട്ടങ്ങനെ
സൂര്യനുദിച്ചു വരുന്നതു കണ്ട്
ചാടിയ കഥയൊന്നോർക്കുക വേണം...
കാണുക കേൾക്കുക മാളോരെല്ലാം
ആരോഗ്യത്തിൻ മേഖല മുന്നിൽ

എന്തൊരുമാറ്റം രോഗം വന്നാൽ
ചിന്തിച്ചാരും ദു:ഖിക്കേണ്ട
മെച്ചപ്പെട്ട ചികിത്സ ലഭിക്കും
ടെസ്റ്റുകളൊക്കെ സൗജന്യം താൻ
ലോകോത്തര നില നേടിയെടുത്തു
കേരള നാടിന്നഭിമാനിക്കാം...
നിപ കൊണ്ടോണകൾ പത്തിമടക്കി
രക്ഷയൊരുക്കീ സർക്കാരങ്ങനെ
കാലൻ വന്നു വിളിച്ചാൽ പോലും
കേരള മക്കൾ പോവാറില്ല...
പ്രളയം കുത്തിയൊലിച്ചൊരു നാട്ടിൽ
അതി ജീവനകഥ മെച്ച മതല്ലോ
ഒഴുകിയൊലിച്ച മറഞ്ഞവയൊക്കെ
പണിതു കൊടുത്തു സർക്കാരങ്ങനെ
പച്ച പിടിച്ച വരുന്നൊരു ജീവൻ
മെച്ചപ്പെട്ടതു തന്നെന്നോർക്കുക...
ഭക്ഷ്യ സുരക്ഷയൊരുക്കാൻ സർക്കാർ
വിത്തും വളവും നല്കീ നാട്ടിൽ
വീട്ടിനകത്തു ചടഞ്ഞു കഴിഞ്ഞോർ
കോട്ടുകളൂരി പണി ചെയ്തല്ലോ...
മുറ്റം തൊടിയും മട്ടുപ്പാവും
മെച്ചം വിളകൾ പുഞ്ചിരി തൂകി
നാവിൻ രുചിയിൽ നാട്ടാരെല്ലാം
പിണറായിക്കു നമസ്തുതി ചൊല്ലീ...
ചാണ്ടിക്കാലം പൂട്ടിയ തൊഴിലിട-
മിന്നു തുറന്നു സൈറൻ കൂവി
പണിയും കിട്ടി പട്ടിണി മാറി
കരിദിനമങ്ങനെ ഓർമ്മയിലായി...
ചാണ്ടിക്കാലം പൂട്ടിയടച്ചൊരു-
പൊതു മേഖലകൾ ലാഭം കൊയ്തു...
കട്ടില്ലാതെ കറണ്ടും കിട്ടി
നട്ടുനനയ്ക്കാം വിളയും തൊടിയും
എട്ടുമണിക്കുറോളം കട്ടിൻ

ദു:ഖമിരുട്ടു വിഴുങ്ങിയതല്ലേ...
ക്ഷേമ പെൻഷൻ കൂട്ടിയ തുകകൾ
വീടുകളെത്തി മുടങ്ങീടാതെ
ഏതു വിഭാഗക്കാർക്കും കരുതൽ
ജീവിതമെല്ലാം മെച്ചപ്പെട്ടു...
കിറ്റുകളായി കാരുണ്യത്തിൻ
സ്പർശം സർക്കാർ കരുതലൊരുക്കീ...
വിദ്യാഭ്യാസം മെച്ചപ്പെട്ടു
കുട്ടികളനവധി കൂടി സ്കൂളിൽ
കെട്ടിടമൊക്കെ പുതിയവ നാട്ടിൽ
മെച്ചപ്പെട്ടതു കണ്ടീടേണം
ലാബും, ക്ലാസും, മൂത്രപ്പുരയും
ലോകോത്തര നില വന്നുഭവിച്ചു...
ഇങ്ങനെയുള്ളൊരു കേരള നാട്ടിൽ
നിന്നു മുടിക്കാൻ വന്നൊരുപക്ഷം
കള്ളത്തരവും നുണയും ചൊല്ലി
കഞ്ഞി മുടക്കാൻ കൂട്ടരൊരുങ്ങി
മണ്ടനൊരുത്തൻ മുണ്ടനൊരുത്തൻ
കാവിയണിഞ്ഞൊരു വേഷക്കാരും
കച്ചമുറുക്കി കോപ്പുകൾ കൂട്ടി
ഗുസ്തി പിടിച്ചു നടന്നു വലഞ്ഞു
അക്കം പക്കം താളംമുട്ടാൻ
നാലാം ലൂണും രംഗത്തെത്തി
നാലാം ലൂണിൻ കല്ലുകളിളകി
നാറ്റം കൊണ്ടു സഹിക്കാതായി...
ലോകത്തിതുപോൽ നാറിയൊട്ടുങ്ങിയ
പ്രതിപക്ഷത്തെ കാണാനില്ല...
സ്വർണ്ണക്കഥയും, ലൈഫിൻ കഥയും
പിന്നെ ഡോളർ, ഫോണിൻ കഥയും
മോദിയിറങ്ങീ, ഈഡിയിറങ്ങി
സിബിഐയും കോപ്പുംവന്നു
കസ്റ്റംസൊരുവഴി, ഇൻകംടാക്സും
കത്തികൾ കാട്ടി പേടിപ്പിച്ചു

തെക്കു വടക്കു നിരങ്ങിയൊടുങ്ങി
ലക്കുകൾ കെട്ടൊരു കേന്ദ്രക്കാരും
കിഫ്ബി പിടിച്ചു കുലുക്കി മടുത്തു
കിട്ടിയതെന്തോ വടിയും കോപ്പും...
സ്വർണ്ണം വന്നൊരു വഴിയറിയില്ല
സ്വർണ്ണം പോയതുമറിയാതായി
മൊഴിയുണ്ടെന്നു പറഞ്ഞു നടന്നു
തൊഴി കിട്ടുന്നൊരു മട്ടിലുമെത്തി...
ആറര വർഷം ഭാരത നാട്ടിൽ
മോദി ഭരിച്ചൊരു കഥയും കേൾക്കാം
ജാതി പറഞ്ഞും മേനി പറഞ്ഞും
നാട്ടിൽ കലഹം പതിവായ് മാറ്റി
പട്ടിണി കൂടിയതറിയാതല്ലോ
പട്ടേലിന്നായ് പ്രതിമപടുത്തു
നോട്ടുവിലക്കും പൂട്ടിയടപ്പും
നാട്ടിൽ ദുരിതം വർദ്ധിപ്പിച്ചു
ഗാന്ധി വധത്തിനു നീട്ടിയ തോക്കിൽ
ഉണ്ട നിറച്ചു നടപ്പു വീണ്ടും..
പൊതുമേഖലകൾ വിറ്റു തുലച്ചു
മണ്ണും മാനവുമെല്ലാം വിറ്റു
കടലും വിറ്റു കരയും വിറ്റു
കരയിൻ മുകളിലെ എല്ലാം വിറ്റു...
ഇന്ധനവിലയും ഗ്യാസിൻ വിലയും
കണ്ടാൽ കേട്ടാൽ ബോധം പോകും
വണ്ടിയുരുട്ടി നടന്നവരെവിടെ
കണ്ടവരുണ്ടോ കേട്ടവരുണ്ടോ...
കാർഷിക ഭാരത നാട്ടിൽ നോക്കുക
കർഷക സമരം കത്തുന്നില്ലേ
കാരണമെന്തെന്നാരായാനോ
മോദിക്കൊട്ടും നേരവുമില്ല
താടി വളർന്നു മോടികുറഞ്ഞു
ഭാരത നാടോ പിന്നോട്ടായി
കേരള നാട്ടിൻമേന്മകെടുത്താൻ

മോദി നിരങ്ങിയിറങ്ങും കാലം
നിന്നു ചെറുക്കാൻ കേരള മക്കൾ
ഒന്നായണിചേർന്നിടതിനു പിന്നിൽ
ക്യാപ്റ്റനൊരുത്തൻ നെഞ്ചൂക്കോടെ
നേർക്കു നയിച്ചേ മുന്നേറുന്നു...
കേരള മോഡൽ അട്ടിമറിക്കാൻ
കോപ്പുകൾ കൂട്ടുന്നോരോ ഓർക്കുക
കേരളമാണിതു കേരളമാണേ
നേരും നെറിയും പുലരും നാട്
ജാതി മതങ്ങൾ വേരോടില്ല
കൂടോത്രപ്പണി ഏശാറില്ല...
എന്നെകേൾക്കും നാട്ടാരാകെ
ഇന്നിതു കാണുക കേൾക്കുക വേണം
മണ്ടന്മാരും മുണ്ടന്മാരും
സന്തതിവാഴാ ചതിയന്മാരും
ഓർക്കുക നിങ്ങൾക്കാവുകയില്ല
നേർക്കെതിരിട്ടീ ഭരണം മാറ്റാൻ
കേരള മക്കൾക്കനുഭവമുണ്ടേ
അതുകളയാനായ് നിന്നീടില്ല
അണിചേർന്നവരീ നാടിനുവേണ്ടി
മരണംവരെയും നില നിന്നീടും
ഇടതിൻ ഭരണം തുടരാനിവിടെ
അണമുറിയാതെ കേരള മക്കൾ
നീങ്ങുന്നെങ്ങും കാണുന്നോരോ
നീളേ പിന്നിൽ നിന്നു കഴിഞ്ഞു...